இளங்கோ

யாழ்ப்பாணம் அம்பனையில் பிறந்தவர். ஈழத்திலிருந்து போரின் நிமித்தம் தனது பதினாறாவது வயதில் கனடாவுக்குப் புலம்பெயர்ந்து தற்போது ரொறொண்டோவில் வசித்து வருகிறார். கவிதைகள், சிறுகதைகள், நாவல்கள் தவிர, 'டிசே தமிழன்' என்னும் பெயரில் கட்டுரைகளும், விமர்சனங்களும், பத்திகளும் பல்வேறு இதழ்களிலும், இணையத்தளங்களிலும் எழுதி வருகின்றார். இது இவரது இரண்டாவது சிறுகதைத் தொகுப்பாகும்.

இதுவரை வெளிவந்துள்ள பனுவல்கள்:

- *நாடற்றவனின் குறிப்புகள் (2007) – கவிதைகள்*
- *சாம்பல் வானத்தில் மறையும் வைரவர் (2012) – சிறுகதைகள்*
- *பேயாய் உழலும் சிறுமனமே (2016) – கட்டுரைகள்*
- *மெக்ஸிக்கோ (2019) - நாவல்*
- *உதிரும் நினைவின் வர்ணங்கள் (2020) – திரைப்படக் கட்டுரைகள்*
- *சார்ள்ஸ் ப்யூகோவ்ஸ்கி கவிதைகள் (2021) – மொழிபெயர்ப்பு*
- *தாய்லாந்து (2022) – குறுநாவல்*

'மெக்ஸிக்கோ' நாவல் பிரபஞ்சன் நினைவு நாவல் போட்டியில் 2019 இல் பரிசையும், 'நாடற்றவனின் குறிப்புகள்' தமிழ்நாடு கலை இலக்கியப் பெருமன்றத்தின் 'ஏலாதி' இலக்கிய விருதை 2008 இலும் பெற்றிருக்கின்றன.

தொடர்புக்கு: *elanko@rogers.com*

நானுன்னை முத்தமிடுகையில் புத்தர் சிரித்துக்கொண்டிருந்தார்

இளங்கோ

டிஸ்கவரி பப்ளிகேஷன்ஸ்
எண்: 9, பிளாட் எண்: 1080A, ரோஹிணி பிளாட்ஸ்
முனுசாமி சாலை, கே.கே.நகர் மேற்கு,
சென்னை - 600 078. பேச: 99404 46650

வெளியீட்டு எண்: 0440

நானுன்னை முத்தமிடுகையில்
புத்தர் சிரித்துக்கொண்டிருந்தார்
(சிறுகதைகள்)
ஆசிரியர்: இளங்கோ©

Nanunnai Muthamidugail
Budhar Srithukondirunthar
(Short stories)

Author: Elanko©

முகப்பு ஓவியம்: இயல் | பின்னட்டைப் புகைப்படம்: றஸ்மி
Print in India

1st Edition : Feb- 2025
ISBN: 978-93-49113-33-6
Pages - 142
Rs.180

Publisher • *Sales Rights*

Discovery Publications	**Discovery Book Palace (P) Ltd**
No. 9, Plot,1080A, Rohini Flats, Munusamy Salai, K.K.Nagar West, Chennai - 78. Tamilnadu, India. Mobile: +91 99404 46650	No. 1055-B, Munusamy Salai, K.K.Nagar West, Chennai-600 078. Ph: (044) 4855 7525 Mobile: +91 87545 07070

discoverybookpalace@gmail.com / www.discoverybookpalace.com

இந்த நூலில் பிரசுரமாகியுள்ள எந்த ஒரு பகுதியையும் எழுத்துபூர்வமான முன்அனுமதி பெறாமல் எடுத்தாள்வதோ, மறுபிரசுரம் செய்வதோ, மொழியாக்கம் செய்வதோ, ஊடகங்களில் மறுபதிப்புச் செய்வதோ, காப்புரிமைச் சட்டப்படி தடை செய்யப்பட்டுள்ளது. இந்த நூலிலிருந்து சில பகுதிகளை மேற்கோள் காட்டி நூல் அறிமுகம் செய்யலாம்.

உங்கள் மொபைல் போனிலிருந்து ஸ்கேன் செய்து 'டிஸ்கவரி புக் பேலஸ்' மொபைல் ஆப்பை டவுன்லோடு செய்து, புத்தகங்களை வாங்குங்கள்.

Scan and download

படையல்
இந்தக் கதைகளில் அசலிலும் கற்பனையிலும்
உலாவுகின்றவர்களுக்கு....

நன்றி:

அம்ருதா, காலச்சுவடு, காலம், கூர், உரையாடல் சஞ்சிகைகளுக்கும்,
இதை மெய்ப்புப் பார்த்துத் தந்த நண்பர்களுக்கும்,
எப்போதும் எனக்காக இருக்கும் என் குடும்பத்தினருக்கும்,
டிஸ்கவரி பதிப்பக நண்பர்களுக்கும்,
வாசிக்கப் போகும் உங்களுக்கும்.

உள்ளே...

1. அரசன் அன்றே கொன்றால் லியனகே நின்று கொல்வார் — 9
2. Mr. K — 26
3. முள்ளிவாய்க்கால் — 39
4. கௌரி — 55
5. ஏகாந்தம் என்பதும் உனது பெயர் — 67
6. பறந்துபோன இருமரங்களும் பச்சையம் இழந்த காடுகளும் — 78
7. நானுன்னை முத்தமிடுகையில் புத்தர் சிரித்துக்கொண்டிருந்தார் — 96
8. இயக்கக்காரி — 106
9. உறைந்த நதி — 120
10. வெள்ளவாய்க்கால் வைரவர் — 132

அரசன் அன்றே கொன்றால் லியனகே நின்று கொல்வார்

‘எழுதியதால் கடத்தப்பட்டுக் காணாமற்போனவர்களின் மனைவிகள், பிள்ளைகள் சார்பாக உங்களை இங்கு வரவேற்கின்றோம்’ என ஒரு பெண்மணி, காலி இலக்கிய விழாவுக்கு வந்தவர்களுக்கு துண்டுப்பிரசுரம் கொடுத்துக் கொண்டிருந்தார். வசந்த அப்போதுதான் புகையிரத நிலையத்தில் இறங்கி பிரபல்யம் வாய்ந்த காலி கிரிக்கெட் மைதானத்தைத் தாண்டி நடந்து வந்து கொண்டிருந்தான். அன்று வெள்ளிக்கிழமை என்பதால் அது வசந்த அவனது காதலியைச் சந்திக்கும் நாளாக இருந்தது. பேராதனைப் பல்கலைக்கழகத்தில் படித்துக்கொண்டிருந்த நயோமிக்குக் கடல் மீது அளவற்ற விருப்பு இருந்தது. நீர்கொழும்பு, அறுகம்பே, ஹிக்கடுவ, பாசிக்குடா எனக் கடற்கரைகளைத் தேடி அடிக்கடி வசந்தவும், நயோமியும் போய்க்கொண்டிருப்பார்கள். சனம் அதிகம் இல்லையென்றால் நயோமி உடனேயே நீருக்குள் இறங்கிவிடுவாள். இம்முறை காலியைத் தேர்ந்தெடுத்திருந்தார்கள். வசந்த அங்கே போய்ச்சேரும்வரை காலி இலக்கிய விழா அன்றுதான் தொடங்குகின்றது என்பதைப்பற்றி அவன் அறிந்திருக்கவில்லை.

இலங்கையில் போர் முடிந்து அப்போதுதான் ஒன்றரை வருடங்கள் ஆகியிருந்தது. வசந்தவை யுத்தம் மிகவும் பாதித்திருந்தது. ஒரு ட்றோஸ்கியவாதியான அவனால், மிலேச்சனத்தனமாக அதை நிகழ்த்தி முடித்த அரசை ஒருபோதும் ஏற்றுக்கொள்ள முடியாதிருந்தது. கொடூரமான யுத்தம் நடந்து போரால் பாதிக்கப்பட்ட மக்களில் பலர் முள்வேலிகளுக்குள் இருக்கும்போது இப்படியோர் இலக்கிய நிகழ்வு அவசியமா எனப் பலர் கேள்விகளை எழுப்பியிருந்தனர். இலங்கையில் போர் முடிந்தபின்னும் எழுதுபவர்களின் உயிருக்கு உத்தரவாதமில்லை எனச்சொல்லி, ஓரான் பாமுக்கும் கிரண் தேசாயும் இந்த நிகழ்வுக்கு வராது பகிஷ்கரித்துமிருந்தனர்.

அந்தப் பெண்மணி வெள்ளையுடையில் நின்று அவரின் பிள்ளைகளோடு கொடுத்துக்கொண்டிருந்த துண்டுப்பிரசுரத்தை வாங்கிக்கொண்டு, நயோமி இன்னும் கண்டியிலிருந்து வந்து சேராததால் கடற்கரைப் பக்கமாக வசந்த நடக்கத் தொடங்கியிருந்தான். நெடிதுயர்ந்து நின்ற கலங்கரை விளக்கை, அதனருகில் நின்ற தென்னை மரங்கள் ஆரத்தழுவுவது போலக் காற்று வீசிக் கொண்டிருந்தது. அதன் வெண்மை வசந்தவுக்கு விகாரைகளை நினைவுபடுத்தின. இறுதியில் எப்போது விகாரைக்குப் போனேன் என்பதே அவனுக்கு மறந்துபோயிருந்தது. இந்த வெண்மை என்பது உண்மையில் அமைதியை நினைவூட்டுகின்றதா, இல்லை அதற்குள் சொல்லப்படாத பதற்றமான கதைகளைப் புதைத்து வைத்திருக் கின்றதா எனவும் வசந்தவுக்குக் குழப்பமாயிருந்தது. காலி இலக்கிய விழாவுக்கு எல்லோரும் குதூகலத்துடன் வர்ணமயமான ஆடைகளுடன் வந்துகொண்டிருக்கையில், வெள்ளையுடையில் துண்டுப்பிரசுரம் கொடுத்த பெண்மணியைப் போலத்தான், இந்தக் கலங்கரை விளக்கும் தனக்கான துயரத்துடன் இருக்கிறதோ என அவன் நினைத்துக்கொண்டான்.

தென்னை மரங்களின் நிழலில் அமர்ந்தவாறு வசந்த அந்தத் துண்டுப்பிரசுரத்தை வாசிக்கத் தொடங்கினான். 2010இல் ஜனாதிபதித் தேர்தல் நடைபெறுவதற்கு இரண்டு நாள் முன்பாக தனது கணவன் கடத்தப்பட்டதாகவும், அதற்குப் பிறகு அவரைப் பற்றி இற்றைவரை எந்தச் செய்தியும் தெரியாமல் இருக்கின்றது என்றும், உங்களைப் போன்று எழுதியதற்காகவே எனது கணவர் காணாமற்போனார் என்றும் ஆங்கிலத்தில் எழுதப்பட்டிருந்தது. அதை வாசித்த வசந்தவுக்கு இந்தப் பத்திரிகையாளர் கடத்தப் படுவதற்கு ஒரு வருடத்துக்கு முன்னர்தான், இலங்கையில் ஆங்கில வாரவிதழின் பத்திரிகை ஆசிரியர் ஒருவர் பட்டப்பகலில் கொல்லப்பட்ட சம்பவமும் நினைவில் வந்துபோனது. அந்த ஆசிரியர் எழுதிய இறுதிக்கட்டுரையே 'அவர்கள் என்னைத்தேடி ஒருநாள் வருவார்கள்' என்பதாக இருந்ததுதான் இன்னும் பெருஞ்சோகம்.

இந்த அழகான தீவுதான் அடுக்கடுக்காய் எத்தனை அழிவுகளைச் சந்தித்துக்கொண்டிருக்கின்றது. பெரும் போர் நிகழ்ந்து முடிவதற்கு முன்னர் சுனாமி வந்து ஒரு பேரிழப்பைக் கொடுத்துவிட்டும் போயிருந்தது. வசந்த வந்து இறங்கிய ரெயினைப் போல ஒன்று

காலியிலிருந்து கடற்கரையோரமாக மாத்தறைக்குப் போய்க் கொண்டிருந்தபோது, அப்படியே சுனாமி விழுங்கியிருந்தது. அதில் இருந்த நூற்றுக்கும் அதிகமானவர்கள் சொற்ப நிமிடங்களில் இல்லாமற் போயிருந்தனர். உல்லாசப்பயணிகளுக்குரிய நகராய் இப்போது காலி நகரம் மினுங்கினாலும் உள்ளுக்குள் துயரை வைத்துக் குலுங்கி அழுவது போலத்தான் வசந்தவுக்குத் தோன்றியது. இப்படி, கூட யோசித்து அல்லலுறாமல் இருக்க நயோமி விரைவில் வந்தால், எவ்வளவு நன்றாக இருக்குமென நினைத்தபடி பாறைகளில் மோதி எழும் கடலலைகளை நோக்கி வசந்த பார்வையைத் திருப்பினான்.

நயோமி வந்தபோது பேராதனை வளாகத்துக்குள் நிகழும் அரசியல் முரண்பாடுகளை கூடவே எடுத்து வந்திருந்தாள். பேராதனை எப்போதும் இலங்கையின் எரியும் பிரச்சினைகளின் மையங்களில் ஒன்றாக இருந்து வந்திருக்கின்றது. இதமான காலை, ஏற்கெனவே காணாமற்போனவரின் துண்டுப்பிரசுரத்தால் குழப்பப்பட்டதால் வசந்தவுக்கு, நயோமி தன் கூடவே கொண்டு வந்திருந்த கம்பஸ் அரசியலைக் கொஞ்சம் தள்ளிவைத்தால் நல்லது போலத் தோன்றியது.

லியனகே அன்று தனது பத்திரிகை அலுவலகத்தில் வேலையை முடித்துவிட்டு வீடு திரும்பிக்கொண்டிருந்தார். வரும்வழியில் வீட்டுக்கு ஏதேனும் வாங்கி வரவேண்டுமா எனத் தனது மனைவி நிமாலியிடம் தொலைபேசியில் அழைத்துக் கேட்டார். ஜனாதிபதித் தேர்தல் நடைபெறுவதற்கு இன்னும் இரண்டு நாட்களே இருந்ததால் வீதிகள் எல்லாம் அமர்க்களப்பட்டுக்கொண்டிருந்தன. பச்சையும் நீலமுமான பின்னணியில் இரு பிரதானக் கட்சியின் வேட்பாளர்களும் மக்களிடம் வாக்குக் கேட்டுச் சுவர்களில் நிரம்பியிருந்தார்கள். நீண்டகாலமாக நடந்த யுத்தம் அப்போதுதான் முடிவுக்கு வந்ததால் பேரரசருக்குரிய மமதையுடன் ஜனாதிபதி சிரித்துக்கொண்டிருந்தார். எதிரிகள் வெளியில் இருந்து வருவதில்லை, உள்ளேயே உருவாகின்றனர் என்பதற்கிணங்க ஜனாதிபதிக்காய்ப் போரைப் முன்னின்று நடத்திய இராணுவத்தளபதி எதிர்க்கட்சியினரால் ஜனாதிபதி வேட்பாளராக நிறுத்தப்பட, தேர்தல்களம் சூடு பிடித்தது. ஒருபொழுது தோள் மீது கைப்போட்டு ஒன்றாக நடந்த இரு நண்பர்கள் இப்போது உறுமிக்கொண்டு தத்தமது எதிர்த்தரப்பைத் துவைத்துப் போட வெறியுடன் திரிந்துகொண்டிருந்தார்கள்.

லியனகே அவரின் வீட்டுக்குச் செல்லும் சிறிய ஒழுங்கையில் இறங்கி நடந்துகொண்டிருந்தபோது, அவருக்காய் ஒளித்து நின்றவர்களால் இரகசியமாகக் கடத்தப்பட்டார். தன்னுடைய கணவர் யாரேனும் நண்பர்களோடு எங்கேனும் கதைத்துக் கொண்டிருக்கலாம் எனக் காத்துக்கொண்டிருந்த நிமாலிக்கு நேரம் செல்லச் செல்லப் பதற்றம் வரத்தொடங்கியது. லியனகேயின் அலைபேசிக்கு அழைத்தபோதும் அழைப்புகள் எங்கோ பாழில் தொலைந்துகொண்டிருந்தன. இனியும் பொறுக்கமுடியாது எனப் பொலிஸ் நிலையத்தில் முறைப்பாடு செய்த பொழுதில் லியனகே கொழும்பிலிருந்து இன்னொரு தொலைவான நகருக்கு கைகளும், கால்களும் கட்டப்பட்டு, கறுப்புத்துணி வாயிற்குள் திணிக்கப்பட்டு, வெள்ளை வானில் கொண்டு செல்லப்பட்டுக்கொண்டிருந்தார்.

ஜனாதிபதி தேர்தல் முடிந்து முடிவுகள் அறிவிக்கப்பட்ட பின்னும் லியனகேவுக்கு என்ன நடந்தது என்று எவருக்குந் தெரிந்திருக்கவில்லை. போரை எல்லாவிதச் சாணக்கியங்களுடன் நடத்தி முடித்தவரை, ஒன்றுபட்ட இலங்கை என்ற கோஷத்தில் மீண்டும் மக்கள் ஜனாதிபதியாகத் தேர்ந்தெடுத்தனர். அவருக்கு முதன்மைத் தளபதியாக நின்று யுத்தத்தை கொடூரமாய் நிகழ்த்தி முடித்தவர், தேர்தல் தோல்வியின் பின் சிறைக்குள் அடைக்கப்பட்டு, அதற்கான 'நன்றிக்கடன்' தீர்க்கப்பட்டது. ஆயுதங்கள் மட்டுமில்லை அதிகாரமும் கூரான இருமுனைகள் கொண்டவை என நிரூபிக்கப்பட்டு இராணுவத்தளபதி ஒரு கோமாளியைப் போல அரசியல் களத்தில் ஆக்கப்பட்டார். அவர் முன்னின்று நடத்திய பெரும்போரின் வெற்றியைக் கூடக் காலம் தன் காலில் மிதித்துத் துவைத்துவிட்டு, முன்னே நகரத் தொடங்கியது. மீண்டும் தேர்ந்தெடுக்கப்பட்ட ஜனாதிபதியின் அதிகார ருசி என்பது வெற்றிக்களிப்போடு மட்டும் நின்றுவிடவில்லை. அது பிறகு தன்னைக் கேள்விகேட்போரை, தனக்கெதிராகக் கருத்துச் சொல்வோரை, கழுத்தை இறுக்கிக் கொல்லவும் செய்தது. வெள்ளை வானில் கடத்திச்செல்லப்பட்ட லியனகேயும் எந்தத் தடயங்களுமில்லாது மக்களின் நினைவுகளில் இருந்து மெல்ல மெல்லமாக மறையத் தொடங்கினார்.

நேரம் மதியத்தை நெருங்கியபோதும் எவரும் கடலுக்குள் இறங்கியிருக்கவில்லை. வந்திருந்த காதலர்க்கு நீராடுவதைவிட செய்வதற்கு நிறையச் சுவாரசியமான வேறு விடயங்கள் இருந்தன. காலிக்கோட்டையில் பசுமை படிந்த மறைவிடங்களில் குடைகளுடனும், குடைகளின்றியும் இருந்த காதலர்கள் அந்த வெயிலுக்குள்ளும் தங்களுக்குள் எதையோ தேடிக் கொண்டிருந்தார்கள். இங்கு மத்தியானம் தாண்டியபின் சுற்றுலாப் பயணிகள் வந்து இறங்குவார்கள். மாலையாகும்போது கடற்கரைக்கு அருகில் இருக்கும் சிறுவர்கள் பாடசாலை முடிந்து வந்து மீன்குஞ்சுகளைப் போலக் குதித்துக் கும்மாளமிடுவார்கள்.

சனம் குறைவு என்பதால் நயோமிக்குக் கடலுக்குள் இறங்க ஆசையிருந்தாலும், அன்று வழமையைவிட அலைகள் சற்று மூர்க்கமாக இருந்ததால் வெளியில் இருந்து வேடிக்கை பார்க்க மட்டுமே முடிந்தது. காணாமற்போன பத்திரிகையாளனைப் பற்றிய துண்டுப்பிரசுரத்தை வாசித்து மனதை எங்கையோ தொலைத்துவிட்ட வசந்தவைப் பார்க்க நயோமிக்குக் கொஞ்சம் பரிதாபம் வந்தது. நாட்டில் நடக்கும் எதற்கென்றாலும் உடனேயே துலங்கலைக் காட்டிச் சுருங்கிப் போகின்றவனாக வசந்த இருப்பதைப் பலமுறை பார்த்துப் பழகிவிட்டாள். எனினும் இம்முறை தமக்குரிய ஒருநாளை இப்படி அவன் அரசியலில் தொலைத்துவிடக்கூடாதென்று விரும்பினாள்.

'யுத்தம் நடந்த பொழுதைவிட, இப்போது இன்னும் அரசியல் கோமாளிகள் கூடிவிட்டார்கள். அவர்கள் செய்யும் ஒவ்வொரு கோமாளித்தனங்களுக்கும் நாங்கள் வருந்திக்கொண்டிருந்தால் எங்களின் வாழ்க்கையில் ஒருநாள் கூட நிம்மதியாக வாழமுடியாது' என நயோமி வசந்தவிடம் சொன்னாள். 'அப்படியெனில் இப்படி ஒருவர் காணாமற்போனதற்கு வருத்தப்படக்கூடாது என்கின்றாயா?' என்றான் வசந்த. 'இல்லை, கொல்லப்பட்டவர்கள் மட்டுமில்லை, எதற்காகக் காணாமல் ஆக்கப்பட்டோம் என்று அறியாமலே உயிரைத் தொலைத்தவர்கள் ஆயிரமாயிரம் பேர் நம் நாட்டில் இருக்கின்றார்கள், எத்தனை பேருக்காய் நாம் நினைத்து வருந்துவது' எனப் பெருமூச்சை விட்டாள் நயோமி.

நயோமி கூறுவதில் நியாயங்கள் இருப்பதை வசந்த உணர்ந்துகொண்டாலும், அவனது ட்ரொஸ்கிய மனதுக்கு அதை ஏற்றுக்கொள்ளக் கஷ்டமாக இருந்தது. இந்த நாட்டில் மனிதர்கள் காணாமல் மட்டுமில்லாது யுத்தம் முடிந்தபின்னும் நாட்டைவிட்டு உயிருக்கு அஞ்சியும் ஓடிக்கொண்டிருக்கின்றார்கள் என்பதையும் வசந்த நன்கு அறிந்திருந்தான். சில வருடங்களுக்கு முன் வசந்த முழுநேரமாக, தான் நம்பிய நான்காம் அகிலம் கட்சிக்குக் களப்பணியாற்றிக் கொண்டிருந்தான். எனினும் யுத்தம் தீவிரமாகிக் கொண்டிருந்தபோது எந்தச் சிறு எதிர்க்குரலையும் அரசு சகித்துக் கொள்ளாது அடக்கவும் கண்காணிக்கவும் தொடங்கவும் வசந்தவைப் போன்றவர்கள் தலைமறைவுக்குப் போயிருந்தார்கள். அதன்பிறகு எந்தச் செயற்பாடுகளுக்கும் இலங்கையில் இடமிருக்கவில்லை. அவர்களில் சிலர் இரகசியமாகக் கிடைத்த சில மனிதவுரிமை மீறல் விடீயோக்களோடு வெளிநாடு போக, இலங்கை உளவுத்துறை நாட்டுக்குள் இருந்தவர்களை நெருக்கத் தொடங்கியிருந்தது. சிலரைச் சித்திரவதைகளுக்குப் பெயர்பெற்ற நான்காம் மாடிக்குக் கொண்டு போய்த் தலைகீழாகக் கட்டி விசாரித்துமிருந்தார்கள்.

இவ்வாறு நாட்டின் நிலைமைகளினால், எல்லாவற்றிலிருந்தும் விலகி இருந்த வசந்தவுக்கு, லியனகேயின் மனைவி நிமாலி காலி இலக்கிய நிகழ்வில் துண்டுப்பிரசுரத்தை, பிள்ளைகளுடன் நின்று கொடுத்ததைப் பார்த்தவுடன், அவனது மனது அந்தரப்படத் தொடங்கியது. ஒரு பத்திரிகையாளரான லியனகேவுக்காக இல்லையெனினும், அவரைக் காணாமல் தவிக்கும் நிமாலிக்காக, லியனகேவுக்கு என்ன நடந்தது என்பதை அறிவதற்கு, இச் சம்பவத்தை தொடக்கத்திலிருந்து பின்தொடர்ந்து பார்க்கவேண்டும் என்ற ஆவல் வசந்தவுக்குள் பெருகத் தொடங்கியது.

லியனகே இப்படிக் கடத்தப்பட்டுக் காணாமற்போனதற்கு முன்னரும் ஒருமுறை கடத்தப்பட்டிருந்தார். அப்போது அவரைக் கடத்திய முகமூடி மனிதர்கள், லியனகேயை ஓர் இரவு தம்மோடு வைத்திருந்துவிட்டு குப்பைகள் மலையாகக் குவிந்திருக்கும் வறக்காப்பொலவில் அடுத்தநாள் காலையில் கண்ணைக் கட்டிக் கொண்டுவந்து விட்டுச் சென்றிருந்தனர். எதற்காகக் கடத்தினார்கள் என்பது கடத்தப்பட்ட லியனகே உட்பட எவருக்குமே தெரிந்திருக்க

வில்லை. தவறாகக் கடத்திவிட்டோம் எனச் சொன்னதாகத்தான் லியனகே தனது குடும்பத்தினரிடம் சொல்லியிருக்கின்றார். ஒரு நெருங்கிய நண்பனிடம் மட்டும் 'மச்சான் இனிப் பேனாவால் எதையும் எழுத முடியாது, எதை இவங்களுக்கு எதிராக எழுதினாலும் இந்த நாசமறுப்பான்கள் மோப்பம் பிடித்துவிடுவான்கள்' என்று அக்கம் பக்கம் பார்த்துவிட்டு லியனகே மெல்லிய குரலில் சொல்லியிருக்கின்றார்.

இந்த நிகழ்வுகளை ஏற்கெனவே கேள்விப்பட்டிருந்த வசந்தவுக்கு இப்போது ஏன் லியனகே மீண்டும் கடத்தப்பட்டுக் காணாமற் போயிருக்கின்றார் என யோசித்தபோது குழப்பமே வந்தது. நிச்சயம் முதலில் கடத்தப்பட்டதற்கும், இப்போது கடத்திக் காணாமற்போனதற்கும் ஏதோ ஒரு தொடர்பு இருக்கவேண்டும் என வசந்த நினைத்தான். முதன்முதலில் இப்படிக் கடத்தப்பட்டபின், லியனகேயை நாட்டை விட்டு வெளியேறச் சொல்லி அவரது நண்பர்கள் வலியுறுத்தியிருக்கின்றார்கள். என்ன நடந்தாலும் என் சொந்த நாட்டிலேயே இருப்பேன் எனப் பிடிவாதமாக இருந்ததால், லியனகே இப்படி அநியாயமாக வலிந்து காணாமல் ஆக்கப்பட்டு விட்டாரே என்ற கவலை எல்லோருக்குள்ளும் இருந்தது.

போர் நடந்த காலங்களில் மட்டுமில்லை, யுத்தம் முடிந்த பின்னரும் கூட இலங்கையில் எதையும் பேசும், எழுதும் சுதந்திரம் இல்லை என்பது முழு உலகும் அறிந்த செய்தியாகவே இருந்தது. எனினும் பிறரைப் போல, பத்திரிகையாளர் என்று எவரும் இப்படிக் காணாமற் போனதில்லை. பத்திரிகையாளர் காணாமற்போவதில்லை என்றவுடன் ஏதோ இலங்கை அரசும், இராணுவமும் அவர்களின் பேனா முனையில் பயம் கொண்டிருக்கின்றது என்பதல்ல அர்த்தம். நேரத்தைக் கடத்தி வீணாக்காமல், நேரடியாகவே வேறோர் உலகுக்குத் துப்பாக்கிக் குண்டால் அனுப்பிவைத்து விடுவார்கள். ஒரு பட்டப்பகலில் காரில் போய்க்கொண்டிருந்த லசந்தவை மறித்து, அவ்வாறுதான் சுட்டுக் கொன்றிருந்தார்கள். லியனகேவையும் கொல்லவேண்டுமென விரும்பியிருந்தால் இவர்கள் உடனேயே கொன்றிருக்கலாம். அவ்வளவு வசதிகளும், வாய்ப்புகளும் இலங்கைத் திருநாட்டில் இருக்கும்போது, லியனகேயைக் கடத்தியதற்கு அவரிடம் ஏதோ ஒன்று இரகசியமாக இருந்து அதைக் கடத்தியவர்கள் அறியவேண்டியிருந்திருக்கின்றது போலும் என வசந்த வேறொரு திசையில் நின்று எண்ணிப் பார்த்தான்.

லியனகே காணாமற்போனதை எங்கேயிருந்து தொடங்கலாமென்று வசந்த யோசித்தபோது ஓர் இடதுசாரி அவனின் நினைவுக்கு வந்தார். இன்றையகாலத்தில் அவர் அரசதரப்போடு சமரசம் செய்துவிட்டாலும், அவர் இதுகுறித்து என்ன சொல்வார் என அறிய வசந்த அவரை அணுகினான். அவர் லியனகே ஓர் ஊடகவியலாளராக இருந்தபோதும், பத்திரிகா தர்மத்துக்கு ஏற்ப ஒழுகி நடக்கவில்லை. அவ்வப்போது மஞ்சள் பத்திரிகைகளின் தரத்துக்குக் கீழிறங்கி எழுதியிருக்கின்றார். ஒருமுறை, திருமணமாகிய அமைச்சர் அடிக்கடி ஒளிந்து போய்க்கொண்டிருந்த அவரின் இரகசியக் காதலியின் வீட்டைத் துப்பறிந்து லியனகே கண்டுபிடித்திருக்கின்றார். அதுமட்டுமின்றி தகவல் சேகரிக்கின்றேன் என அமைச்சரின் காதலியை அடிக்கடிச் சந்தித்து, அந்தப் பெண்மணியோடும் லியனகேவுக்கு ஓர் இரகசியமான உறவு வந்திருக்கின்றது. சாதாரண மனிதனே தன் காதலியை இன்னொருவன் கவர்ந்துவிட்டான் என்று அறிந்தாலே பொறுமையாக இருக்கமாட்டான். அதுவும் அமைச்சராக இருந்த, அடியாட்களோடு அதிகாரத்தில் திளைத்த ஒருவர் அமைதியாக இருப்பாரா? தன்னைப் பற்றிய செய்திகளை மஞ்சள்தனமாய் எழுதியதற்காக மட்டுமின்றி, தன் காதலியையும் கவர்ந்து சென்றதற்காகவும் கோபப்பட்டுத்தான் அந்த அமைச்சரின் ஆட்கள் லியனகேயைக் கடத்திக் காணாமற் செய்திருக்கின்றனர் என அந்த இடதுசாரி சொன்னார்.

வசந்தவுக்கு ஏன் இந்த இடதுசாரிகள் எல்லாம், வரவர பிறழ்ந்துபோய்ப் பேசுகின்றார்கள் என நினைக்க அலுப்பு வந்தது. தற்போதைய ஜனாதிபதிகூட ஒருகாலத்தில் இடதுசாரிதான். ஜேவிபியினரை அன்றைய அரசு தேடித்தேடிக் கொன்றபோது அவர்களுக்காய்ப் பேச, ஐநாவின் மனிதவுரிமை அமர்வுகளிலும் கலந்துகொண்டவர். அப்படிப்பட்டவர் இன்று தமிழர்களில் உயிர்களை மட்டுமில்லை, தனக்கெதிராகப் பேசும் சிங்களவர்களைக் கூட சிறைக்கும், விரும்பினால் இல்லாமல் ஆக்குவதற்கும் தயாராகவே இருந்தார். இவ்வாறு நிலைமைகள் தலைகீழாக மாறும்போது, இந்த இடதுசாரி இப்படிச் சொல்வதைக்கூட சகித்துக்கொள்ளவேண்டும் என்று தனக்குள் சமாதானம் செய்துவிட்டு, லியனகே எதற்காகக் கடத்தப்பட்டார், அப்படி

என்னதான் அவரிடம் இரகசியமாக இருந்திருக்கின்றது என வசந்த மீண்டும் யோசித்துப் பார்க்கத் தொடங்கினான்.

நூலகம் ஒன்றுக்குப்போய்ப் பழைய பத்திரிகைகளைப் புரட்டிப் பார்த்தபோது சுவாரசியமான ஒரு செய்தி வசந்தவின் கண்களில் தென்பட்டது. லியனகே எதிர்க்கட்சியில் போட்டியிட்ட இராணுவத் தளபதியின் தீவிர ஆதரவாளர். அந்தத் தளபதி ஜனாதிபதி தேர்தலில் வெல்லவேண்டும் என்று லியனகே விரும்பியிருக்கின்றார். ஆகவே ஜனாதிபதித் தேர்தலின் இரண்டு நாட்களுக்கு முன், தான் கடத்தப்படுவதுபோல ஒரு நாடகமாடி இருக்கின்றார். அந்த நாடகத்தின் மூலம், நாட்டில் பெரும் கொந்தளிப்பை ஏற்படுத்தி ஜனாதிபதியாக இருப்பவரைத் தோற்கவைக்கலாம் என லியனகேயும் அவரின் நண்பர்களும் திட்டமிட்டிருக்கின்றார்கள். இராணுவத்தளபதி தேர்தலில் வெற்றி பெற்றவுடன் வெளியே வருவதாக இருந்த லியனகே, இராணுவத்தளபதி தோற்றதால் வெளியில் வரமுடியாத நிலை ஏற்பட்டு, தன்னைத்தானே மறைத்து காணாமல்செய்துவிட்டார்.

அது மட்டுமில்லாது லியனகே மிகுந்த வறுமையிலும் இருந்திருக்கின்றார். அவர் இன்னொரு நண்பரிடம் ரூபா முந்நூற்றைக் கடன் வாங்கியிருக்கின்றார். தனது போனுக்குச் சார்ஜ் செய்யக் கூடக் காசில்லாது நண்பர்களின் உதவி கேட்ட கதைகளும் இருக்கின்றன. வளர்ந்த பிள்ளைகள் இருக்கும் லியனகே தனது பணநெருக்கடியை ஈடுகட்ட இப்படியான சதிவேலைகளில் இறங்கியிருக்கின்றார். இறுதியில் அது அவருக்கு எதிராகவே திரும்ப, தன்னைக் கடத்தப்பட்டது போல நாடகமாடிக்கொண்டு லியனகே வேறு எங்கோ நாட்டில் தலைமறைவாக உலாவிக் கொண்டிருக்கின்றார் என அந்தப் பத்திரிகைச் செய்தி நீண்டது.

இப்படியான செய்தியை அறிந்ததாலோ என்னவோ, ஜெனீவாவில் இலங்கை அரசு, தமிழர்களை இறுதி யுத்தத்தில் படுகொலை செய்யவில்லை என்று நிரூபிக்கச் சென்ற அமைச்சரிடம், லியனகே காணாமற்போனதைப் பற்றி ஒருவர் கேள்வி எழுப்பியபோது, லியனகே காணாமலோ, கொல்லப்படவோ இல்லை. அவர் நம் எல்லோரையும் ஏமாற்றிவிட்டு ஓர் ஐரோப்பிய நாட்டில் தலைமறைவாக இருக்கின்றார். அண்மையில்கூட

லியனகே அவரின் மனைவியான நிமாலியிடம் தொலைபேசியில் பேசியிருக்கின்றார் என்று எவ்வித உறுத்தலுமின்றி அந்த அமைச்சர் சொல்லியிருக்கின்றார். அந்தப் பொழுதில் லியனகேயின் மனைவி நிமாலி தன் கணவனை எப்பாடுபட்டேனும் உயிருடன் பெறவேண்டும் என்பதற்காகக் கொழும்பில் சனநெருக்கடி மிக்க தெருவொன்றில் மிகப்பெரிய காளி படத்தை வைத்து, பொலிஸ் நெருக்கடி கொடுக்கக் கொடுக்க ஒரு பூசை செய்திருந்தார்.

வசந்த இவ்வாறாக லியனகே பற்றிய பத்திரிகைச் செய்திகளைச் சேகரித்தபடியும், தனக்குத் தெரிந்த ஊடக நண்பர்களுக்குத் தொலைபேசி அழைத்து விசாரித்தபடியும் இருப்பதைப் பார்த்து நயோமிக்கு இது எங்கே போய் முடியப்போகின்றது என்று சற்றுப் பயம் வரத்தொடங்கியது. ஏற்கெனவே தீவிர அரசியலுக்குள் மூழ்கிப்போனவனை மீட்டு, ஒருவாறு வெளியில் துடித்துக் கொண்டிருந்த மீனை எடுத்துத் தொட்டிக்குள் போட்டுவிட்டேன் என ஆசுவாசமாய் மூச்சை விட்டுக்கொண்டிருந்தவளுக்கு வசந்த லியனகேயின் விடயத்திற்குள் போகவும், என்ன செய்வதென்றும் விளங்காதிருந்தது. பரிதாபமாய் எல்லோரிடமும் நீதியை இரந்து கேட்டுக்கொண்டிருக்கும் நிமாலிக்காக மனமிரங்கினாலும், நிமாலி போலத் தானும் தனது காதலனை இழந்துவிடக்கூடுமென்ற நினைப்பு அவளுக்கு நெஞ்சை அடைக்கச் செய்தது. ஏற்கெனவே வசந்தவின் நண்பர்கள் இலங்கையை விட்டுப்போகும்போது எடுத்துச் சென்ற விடீயோக்கள் சனல் 4இல் ஒளிபரப்பப்பட்டு இலங்கை கொதிநிலையில் பொங்கியும் கொண்டிருந்தது.

ஒருநாள் நயோமியுடன் பொரளைச் சந்தியில் நடந்து கொண்டிருந்தபோது வசந்த அதன் அருகிலிருந்த பஸ் ஸ்டாண்டைச் சுட்டிக் காட்டி, 'இந்த இடத்தின் வரலாறு தெரியுமா?' என்றான். சந்தியில் இருந்த பெட்டிக்கடைகளைப் பார்த்துக் கொண்டும், அவற்றில் தொங்கவிடப்பட்டிருந்த பத்திரிகைகளின் தலைப்புச் செய்திகளையும் வாசித்துக்கொண்டும் வந்த நயோமிக்கு வசந்த என்ன கேட்கின்றான் என்பது முதலில் விளங்கவில்லை. 'என்ன?' என்றாள். 'இந்த இடத்தில் தான் 1983 இல் ஒரு தமிழனை நிர்வாணமாக்கிப் பெற்றோல் ஊற்றி நம்மாட்கள் எரித்தார்கள்'

என்றான். சட்டென்று நயோமிக்குக் கடந்தகாலத்துக்கு நீந்திப் போனது போலக் காடையர்கள் முன் நிர்வாணமாக நின்ற நீண்ட கால்களுடைய தமிழனின் புகைப்படம் நினைவில் வந்துபோனது. 'அன்றே நாங்கள் அதைத் தடுத்துநிறுத்தியிருந்தால் முப்பது ஆண்டுகால யுத்தத்திற்குள் போயிருக்கத்தேவையில்லை' என்றான் வசந்த. 'நம்மைப் போன்ற சாமன்யர்களுக்கு எந்தக் காலத்தில் அதிகாரம் இருந்தது. அதிகாரம் இல்லாது எதைத்தான் தடுத்த நிறுத்தமுடியும்?' எனச் சோர்வுடன் சொன்னாள் நயோமி.

'அதிகாரம் இல்லாதுவிட்டாலும், நமக்குக் கிடைக்கும் வெளிகளில் இருந்து நமது குரல்களை எழுப்பியிருக்கவேண்டும். இப்போது லியனகே கடத்தப்பட்டுக் காணாமல் போனதையும் மௌனமாகப் பார்த்துக்கொண்டிருந்தால் முந்தைய வரலாறு திரும்பவும் வராது என்று எப்படி நம்புவது? கடந்தகாலத்தை மாற்ற முடியாது. ஆனால் நிகழ்காலத்தில் நாம் என்ன செய்துகொண்டிருக் கின்றோம் என்பது எதிர்காலத்துக்கு முக்கியமானது' என்றான் வசந்த.

வசந்த இப்போது என்ன சொல்ல வருகின்றான் என்பது நயோமிவுக்குப் புரியத்தான் செய்தது. அவள் கவலைப்பட்டு, லியனகேயின் விடயத்திலிருந்து தள்ளியிருக்கச் சொல்லப் போகின்றாள் என்பதை உள்ளுணர்ந்துதான் வசந்த இப்படிப் பூடகமாய்க் கதைக்கின்றான் என்பதை விளங்கிக்கொள்ள நயோமிவுக்கு நேரம் அதிகம் எடுக்கவில்லை. 'என்றாலும்..' என இழுத்த நயோமியை,'வா நீண்டகாலமாய் எந்த விகாரைக்குள்ளும் போகவில்லை' என இழுத்துக்கொண்டு பொரளைச் சந்தியிலிருந்த விகாரைக்குள் நுழையத்தொடங்கினான் வசந்த.

விகாரைக்குப் போனதற்கு அடுத்தநாள் வசந்த, லியனகே பணிபுரிந்த பத்திரிகை ஆசிரியரைச் சந்திக்கச் சென்றான். அவர் இலங்கை இராணுவத்துக்கும், விடுதலைப் புலிகளுக்கும் நடந்த இறுதிக்கட்டப்போரில் இலங்கை இராணுவம் இரசாயன ஆயுதங்களைப் பாவித்தமை தொடர்பாக லியனகேவுக்கு இராணுவத்தில் உள்ளிலிருந்து சில ஆவணங்களை ஒருவர் எடுத்துக் கொடுத்திருக்கின்றார் என்றார். அதை முன்வைத்து லியனகே

கட்டுரை எழுதிக்கொண்டிருந்தபோதுதான் கடத்தப்பட்டிருக்கின்றார் என்று அந்த ஆசிரியர் தான் உறுதிபட நம்புவதாகச் சொன்னார். அவ்வாறு எழுதுவதற்கு லியனகே சில தகவல்களைக் கைப்பட எழுதிவைத்திருந்ததைக் கூட அந்த ஆசிரியர் வசந்தவிற்குக் காட்டியிருந்தார்.

லியனகே கடத்தப்பட்ட நான்காம் நாள் உடல் ஒன்று நீர்கொழும்பு சதுப்புநிலத்தில் மிதக்கின்றது என்று தகவல் அறிந்து பதற்றத்துடன் சென்று பார்த்ததையும் அவர் ஞாபகப்படுத்தினார். அந்த உடலம் லியனகேயினது அல்ல என்பதை அறிந்தபின் தனக்கு நிம்மதி வந்ததென்றார். 'போர்க்காலத்திலும், போர்க்காலத்தின் பின்னரும் இப்படி வெள்ளைவானில் கடத்தப்பட்டவர்கள் அநேகம் தமிழர்களாக இருக்கையில், ஏன் நம்மைப்போன்ற ஒரு சிங்களவரான லியனகேயைக் கடத்தினார்கள் என்பதுதான் பெரும் புதிராக இருக்கின்றது' என இன்னும் குழப்பினார் அவர்.

இப்படி அந்த ஆசிரியர் சொல்லவும், வசந்தவிற்கு நிச்சயம் லியன்கேவைக் கடத்தியதற்கு அவரிடம் ஓர் இரகசியம் இருந்திருக்கின்றது. அதை அறியத்தான் கடத்தியிருக்கின்றார்கள் என்பதும், அதை அறிந்தபின் எங்கேயேனும் கொண்டுபோய் காணாமற் செய்திருக்கின்றார்கள் என்பதும் இன்னும் உறுதியாகியது போலத் தோன்றியது.

வன்னிப்பெரும் நிலப்பரப்பில் இறுதிப்போரை நடத்திய மேன்மை நிறைந்த ஜனாதிபதிக்குச் சோதிடத்திலும், மாந்திரீகத்திலும் நிறைய நம்பிக்கை இருந்தது. போரை நடத்தியபோது சாத்திரம் பார்த்து முக்கிய முடிவுகளை எடுத்தது மட்டுமின்றி, அவரின் ஒவ்வொருநாளும் கூட சோதிடர்கள் வகுத்துக்கொடுத்த நியதிப்படியே நடந்தேறிக்கொண்டிருந்தது. என்னென்ன நேரத்துக்குத் தினம் காலையில் எழவேண்டும் என்பதைக் கூட அலாரம் வைத்து எழுப்பக்கூடியவராக ஜனாதிபதி இருந்தார். அதேமாதிரி அவரோ அல்லது அவரது சகோதரர்களோ தமக்கு வேண்டாதவர்களைக் காணாமற்செய்யும்போதும் நல்ல நேரம் பார்த்துத்தான் அவற்றையும் செய்வார்கள் என்ற ஒரு கதையும் நாட்டுக்குள் இருந்தது.

ஜனாதிபதியின் இந்தப் பலவீனத்தை அறிந்துகொண்ட எவரோ ஒருவர் ஜனாதிபதியின் இல்லத்துக்கு மனிதச் சாம்பலை அஞ்சல்களிலும், பொதிகளிலும் அனுப்பத் தொடங்கினார். தற்செயலாக ஒருநாள் அதைத் திறந்து பார்த்த ஜனாதிபதியின் அந்தரங்கச் செயலாளர் பதறியடித்துக்கொண்டு ஓடினார். அந்தச் செயலாளரின் ஓட்டம் பிறகு நாட்டைவிட்டு வேறொரு நாட்டுக்கு அவர் தூதுவராகப் போகும்வரை நிற்கவில்லை. இவ்வாறு ஜனாதிபதியின் பல்வேறு அலுவலக முகவரிகளுக்கு நாட்டின் வெவ்வேறு திசைகளிலிருந்தும் வரத்தொடங்கிய மனித சாம்பலினால் எல்லோரும் பதற்றமடையத் தொடங்கினர். சோதிடர்கள் ஜனாதிபதிக்குக் கெட்டகாலம் தொடங்கிவிட்டது என்பதை அறியத்தொடங்கினர். எனினும் அவரிடம் அதைக் கூறுவதற்குப் பயந்து, சவக்காடுகளிலிருந்து மனித சாம்பலை எடுத்து அனுப்புவரிடம் ஜனாதிபதிக்கான கெட்டசகுனம் இருக்கிறது, விரைவில் அவரை அழிக்கவேண்டுமென எச்சரித்தனர். தமக்கெதிராகப் பேசுபவர்களை எளிதாக இல்லாமற்செய்த ஜனாதிபதியின் சகோதரர்களுக்கோ இப்படி மனிதச்சாம்பலை யார் அனுப்பிக்கொண்டிருக்கின்றனர் என்பதை அறிவதில் தலையிடி வரத்தொடங்கியது. கொழும்பு, கண்டி, மட்டக்களப்பு, திருகோணமலை என பல்வேறு பிரதேசங்களிலிருந்து மனிதச் சாம்பல் அனுப்பப்பட ஒருவர் அல்ல, ஒரு பெரும் கும்பலே இதில் சம்பந்தப்பட்டிருக்க வேண்டுமென எல்லோரும் நம்பத்தொடங்கினர்.

மனிதச்சாம்பல் தொடர்ந்து வந்துகொண்டிருக்க, ஜனாதிபதியின் உடல் நலமும் கொஞ்சம் கொஞ்சமாக நலியத்தொடங்கியது. அவரது உடலுக்கு ஒன்றுமில்லை, அவர் நிறைய யோசித்துத்தான் அவருக்கு இப்படியாயிற்று என அவரைப் பரிசோதித்த வைத்தியர்கள் சொன்னார்கள். ஜனாதிபதியின் மனைவிகூட கொஞ்சக்காலத்துக்கு இந்தச் சோதிடர்களை நமது வாசஸ்தலத்திலிருந்து தள்ளிவையுங்கள் என அக்கறையுடன் சொன்னார். ஜனாதிபதியோ தனது உடல்நலம் எக்கேடு கெட்டாலும் பரவாயில்லை, ஆனால் சாத்திரக்காரர்களை ஒருபோதும் வெளியில் விடமாட்டேனென அடம்பிடித்துக் கொண்டிருந்தார்.

தமையனின் உடல்நலத்தில் அக்கறைகொண்ட அவரின் இளையசகோதரர்கள் தமது ஒற்றர்களை நாடெங்கிலும் அனுப்பத்

தொடங்கினர். மனிதச் சாம்பலை, 'நீ யுத்தத்தில் அழித்தவர்களின் சாம்பல் இவை' என எழுதி யார் அனுப்புகின்றார்களெனச் கண்டுபிடிக்க அவர்கள் பாடுபட்டுக்கொண்டிருந்தனர். அவ்வாறு சந்தேக வளையத்தை இறுக்கியபோது, இருந்த நெடும்பட்டியலில் லியனகேயும் ஒருவராக இருந்தார்.

பட்டியலில் இருந்த ஒவ்வொருத்தரும் விசாரணைக்கு மர்மமான முறைகளில் எதற்காக அழைக்கப்படுகின்றோம் என்றறியாது கடத்தப்பட்டார்கள். அவ்வாறுதான் லியனகேயும் முதன்முதலில் கடத்தப்பட்டிருக்கின்றார். பிறகு அவரது கையெழுத்தை, மனித சாம்பல் வைத்து அனுப்பப்பட்ட கடிதங்களோடு வந்த கையெழுத்தோடு ஒப்பிட்டுப் பார்த்திருக் கின்றனர். அவரது கையெழுத்து அதேமாதிரி இல்லாததால் முதன்முதலில் கடத்தப்பட்டபோது தப்பிவிட்டார். ஆகவேதான் அவரை உயிரோடு அடுத்தநாள் வறக்கப்பொலவில் கண்ணைக் கட்டிக்கொண்டு வந்து இறக்கிவிட்டிருந்தனர்.

இவ்வாறு மனிதச் சாம்பல் ஜனாதிபதி வாசஸ்தலத்துக்குப் பல மாதங்களாக வந்துகொண்டிருந்தாலும், ஜனாதிபதித் தேர்தல் அறிவிக்கப்பட்டபின், ஒருநாளிலேயே பலமுறை அவை அனுப்பப் பட்டுக்கொண்டிருந்தது மட்டுமின்றி, ஜனாதிபதியின் சகோதரர்களின் வீடுகளுக்கும் போகத் தொடங்கியிருந்தன. 'முப்பதாண்டுகளாகத் தொந்தரவு கொடுத்திருந்த கொட்டியாவைக்கூட அழித்துவிட்டோம், ஆனால் இந்த மனிதச் சாம்பல் அனுப்பும் குழுவைத்தான் இன்னும் பிடிக்கமுடியவில்லை' என ஜனாதிபதியின் சகோதரர் ஒருவர் ஐந்து நட்சத்திர விடுதியில் விஸ்கியை அருந்தியபடி கவலையும் பட்டிருக்கின்றார்.

மனிதச் சாம்பலை லியனகே அனுப்பவில்லை என்று முதல் தடவை கடத்தப்பட்டு விடுவிக்கப்பட்டார் என்றால், ஏன் பிறகு கடத்தப்பட்டுக் காணாமற்போனார் என்று, கிடைத்த விபரங்களை வைத்து ஆராய்ந்த வசந்தவுக்கு ஒரே மர்மமாய் இருந்தது. ஏதோ ஒருமுனையைப் பிடித்து லியனகேயின் கடத்தலுக்கான காரணத்தைக் கண்டுபிடித்துவிடலாம் என நினைத்த வசந்தவிற்கு ஏன் இதற்குள் நுழைந்தேன் என்கின்ற மாதிரியான குழப்பம் வந்தது. தான் சேகரித்த விடயங்களை யாருடனாவது பகிர்ந்துகொள்ளலாம் என்றால்

நாட்டின் சூழ்நிலையில் எவரையும் நம்பமுடியாதிருந்தது. இந்தக் கடத்தலை வசந்த இப்படி தீவிரமாகப் பின் தொடர்கின்றான் என்றறிந்தாலே லியனகேயைப் போல வசந்தவையும் அடையாளமின்றிக் காணாமற் செய்ய நிறையக் கரங்கள் காத்துக்கொண்டிருந்தன. எந்த இரகசியம் எனினும் பகிர்ந்தால், வெளியில் போகாது இருக்கக்கூடிய ஒருவர் என்றால் நயோமிதான். ஆனால் அவளுக்கு இப்படி, தான் தீவிரமாக லியனகேயின் விடயத்தில் இருக்கின்றேன் என்றால், கவலையுறுவாள் என்பதால் அவளோடும் இது குறித்துக் கதைக்க வசந்தவுக்கு தயக்கமாயிருந்தது.

லியனகேவை இரண்டாவது தடவையாகக் கடத்தியவர்கள் முன்னாள் தமிழ்ப் போராளிகள் என ஒரு தகவல் வசந்தவுக்குப் பரிமாறப்பட்டது. அவர்கள் இலங்கை இராணுவத்தின் உளவுப்பிரிவால் உள்வாங்கப்பட்டவர்கள் என்றும், ஒரு தமிழ் எம்.பியை நாரஹன்பிட்டியாவில் வைத்துச் சுட்டுக்கொல்வதற்கும் இந்த குழுவினரே பாவிக்கப்பட்டனர் எனவும் சொல்லப்பட்டது. அது உண்மையா அல்லது இல்லையா என்பதை அறிய வசந்த அவ்வளவு அக்கறை காட்டவில்லை. ஆயுதங்களில்லாத அப்பாவி மக்களையே மனிதாபிமானமின்றிக் கொன்ற ஓர் அரசு அவர்களுக்கெதிராகப் போராடியவர்களை எப்படித் தந்திரமாகப் பாவிக்கும் என்பதையும் வசந்த நன்கு அறிந்து வைத்திருந்தான்.

லியனகேயைக் கடத்திக்கொண்டு போனவர்கள் முதலில் கிரிகெல இராணுவமுகாமுக்குக் கொண்டு சென்றார்கள். லியனகேவுக்கு கடந்தமுறை போல, இம்முறையும் தன்னை உயிரோடு விட்டுவிடுவார்கள் என்று சிறுநம்பிக்கை அவரைத் தலைகீழாகச் சித்திரவதைக்காய்த் தொங்கவிட்டபோதும் இருந்திருக்கின்றது. முதல்கட்ட விசாரணைகள் முடிந்தபின், அவரின் பண்ணைவீடு இருந்த தம்புள்ளவுக்குக் கொண்டு போய், அந்த வீட்டில் சில இடங்களை இராணுவத்தினர் தோண்டிப் பார்த்திருக்கின்றனர். பின்னர்த் தமிழர்களும் முஸ்லிம்களும் நிறைந்து வாழும் கிழக்கு மாகாணத்துக்கு அவரைக் கொண்டு சென்றிருக்கின்றனர். அக்கறைப்பற்றில் நடந்த விசாரணைகளில் மரணத்தின் வாசனையை நுகர்ந்த லியனகேயின் கடைசிமூச்சு திருகோணமலையின் வாழைத்தோட்டம் ஒன்றில் காவு கொள்ளப் பட்டிருக்கின்றது.

அங்கேதான் கடைசி யுத்தத்தில் சரணடைந்த முக்கியமான போராளித்தளபதிகள் விசாரணைக்குட்படுத்தப்பட்டு ஒவ்வொருத்தராகக் கொல்லப்பட்டதாகவும் சர்வதேச ஊடகம் ஒன்று செய்தி வெளியிட்டிருந்தது. சித்திரவதையினால் மரணமடைந்த லியனகேயை அந்த வாழைத்தோட்டத்துக்குள் புதைத்திருக்கின்றார்கள். ஒன்றிரண்டு நாட்களில் பெய்த பெருமழையினால் இளகிய மண்ணில் லியனகே மிதக்கத் தொடங்க அவரது உடலத்தைப் படகில் கொண்டுபோய் பிறகு நடுக்கடலில் போட்டிருக்கின்றார்கள்.

வசந்த இந்த சம்பவத்தின் ஒவ்வொரு சிறு தகவல்களையும் திரட்டி முழுதாக ஒரு கோர ஓவியத்தை உருவாக்கிவிட்டிருந்தான், வேறு எந்தக் காரணத்தையும்விட ஜனாதிபதியின் சகோதரரின் கையிலிருந்த உளவுத்துறையினர், லியனகேயைக் கொண்டுபோய் வாழைத்தோட்டத்தில் புதைத்தமைக்கு லியனகேதான் மனிதச் சாம்பலை அனுப்பிக்கொண்டிருந்தார் என உறுதியாக நம்பியதுதான் முக்கியக் காரணமாக இருந்திருக்கின்றது. இந்த நாட்டில் ஆயுதம் தூக்கியவர்களைக் கொன்ற காலம் போய், இப்போது மனிதச் சாம்பலை அனுப்புகின்றார்கள் என்ற சந்தேகத்தின்பேரிலும் கொல்லத்தொடங்கிவிட்டார்கள் என நினைத்த வசந்தவுக்கு நடுக்கம் வந்தது.

லியனகே கடத்தப்பட்டுக் காணாமல் போனதுடன் மனிதச் சாம்பல் அனுப்பப்படுவது நிறுத்தப்பட்டிருந்தது. மேன்மை தங்கிய சனாதிபதி கொஞ்சம் கொஞ்சமாக உடல் நலம் தேறத்தொடங்கி யிருந்தார். மனிதச் சாம்பலில்தான் அவரைப் பீடித்திருந்த நோய் இருந்திருக்கின்றதெனச் சோதிடர்கள் சரியாகக் கணித்துச் சொன்னார்கள். மீண்டும் அவர் உற்சாகமாக நடமாடத் தொடங்கினார். ஆனால் அடுத்த ஜனாதிபதித் தேர்தலில் எவருமே நம்ப முடியாதளவுக்குத் தோற்கடிக்கப்பட்டார். எதற்கெனக் கொல்லப் படுகின்றோம் என்று தெரியாமல் செத்தவர்களின் ஆவிகள் அவ்வளவு எளிதில் அமைதியடைவதில்லை. அவர்களின் பழிவாங்கல்தான் பெரும்போரை வென்று கொடுத்தவரையே அரியாசனத்தில் இருந்து இறக்கியது என்று மக்கள் கிசுகிசுக்கத் தொடங்கினார்கள். ஜனாதிபதி தனது பதவியின் கடைசி நாளன்று வாசஸ்தலத்தை விட்டு வெளியேறியபோது மீண்டும் மனிதச் சாம்பல்பொதி ஒன்று அவரது வீட்டு வாசலுக்கு வந்திருந்தது.

'வீட்டில் மின்னடுப்பு இருக்கும்போது எதற்கு இப்படி விறகுக்கட்டைகளை எரித்து வீணாய்ச் சாம்பலாக்குகின்றாய்' என்று நயோமி வசந்தவைப் பார்த்துக் கேட்க அவன் மெல்லிய புன்னகையோடு கடந்துபோனான். இப்போது வசந்தவுக்குத் திருமணமாகி ஒரு மகளும் பிறந்திருந்தாள். நயோமியும் மகளும் தூங்கியபின், விறகால் எரித்த சாம்பலை அஞ்சலுறைக்குள் பத்திரமாக இட்டு, 'மேன்மை தங்கிய முன்னாள் ஜனாதிபதிக்கு, இது உங்களைப் பதவியிலிருந்து இறக்கிப் பழிதீர்த்த லியனகேயின் சாம்பல்' எனக் கணினியின் முன் இருந்து தட்டச்சுச் செய்யத் தொடங்கினான் வசந்த.

★

(அம்ருதா, காலச்சுவடு, 2019)

Mr. K

கோடை காலத்தின் தொடக்கமாக அப்போது இருந்திருக்க வேண்டும். நிலம் முழுதும் பசுமை விரிந்து கிடந்தது. சணல் வயல்கள் மஞ்சள் நதிகளைப் போல இடையிடையே நெளிந்தோடின. வெயிலும், இடைக்கிடை மழையுமென வாழ்வதற்கு இதைவிட வேறென்ன வேண்டுமென நினைக்க வைக்குமளவுக்குக் காலநிலை மனதுக்கு உவப்பானதாக இருந்தது. நான் எனது பல்கலைக்கழகப் படிப்பை முடித்துவிட்டு ரொறொண்டோவுக்குத் திரும்பியிருந்தேன். பனிக்காலம் முழுதும் படித்த படிப்புக்கேற்ப ஒரு வேலை தேடிக் கிடைக்காததில் சோர்ந்திருந்தேன். இளவேனில் முடிந்து பசுமையாய்க் கோடை விரிய வேலையொன்றுக்கு அழைப்பு வந்திருந்தது. படித்த படிப்புக்கும் அதற்கும் தொடர்பில்லை என்றாலும், படிப்பிற்காய்ப் பெற்ற கடனை அடைக்கவேண்டியிருந்த நிர்ப்பந்தத்தில் இந்த வேலையாவது கிடைத்ததேயென நிம்மதி அடைந்திருந்தேன்.

அது ஒரு காப்புறுதி நிறுவனம். சென்.ஆண்ட்ரூ சப்வேயில் இருந்து இறங்கியவுடன் அண்ணாந்து பார்த்தால் பழைமையும், வனப்பும், நிமிர்வும் கொண்ட 'கனடா லைஃப்ப்வ்' என்பது அதன் பெயர். கனடாவில் நாம் வாழும் வாழ்க்கையை இந்தக் காப்புறுதி நிறுவனம்தான் தாங்கிக்கொண்டிருப்பதான பாவனையில் கர்வத்துடன் நின்றது. அங்கே வேலை செய்யத் தொடங்கினாலும் இலங்கை மண்ணை இன்னும் முற்றிலுமாக உதறித் தள்ளாத காலமது. எனக்காகக் காப்புறுதி எதையும் அங்கே வாங்கிவிடாது, கனடாவில் படிப்பதற்காய் வாங்கிய கடனுக்கு மட்டும் என் வாழ்வைத் தாரை வார்த்திருந்தேன்.

எங்களுக்கான வேலைத்தளம் உலகின் உயரமான சி.என் டவரோடு போட்டி போடுகின்ற கட்டடத்தின் மேற்றளத்தில் அல்ல, வெயிலின் ஒரு துளியும் நுழைந்துவிடாத நிலவறையே எமக்கு ஒதுக்கப்பட்டிருந்தது. அங்கேயே வாடிக்கையாளர்களின் கோப்புகள் சேகரமாக்கப்பட்டிருக்கும். என்னைப் போன்றவர்களின் வேலை, பிறர் கேட்கும் ஃபைல்களைத் தேடி எடுத்து, அதற்குள் இருக்கும் உரிய ஆவணங்களை, கேட்பவர்க்குச் சரியாக எடுத்துக் கொடுப்பதாகும். இந்த வாடிக்கையாளர் அனைவரும் காப்புறுதி நிறுவனத்துக்குக் கணினி அறிமுகமாவதற்கு முன் சேர்ந்தவர்கள். அவர்களின் விபரங்கள் எதுவுமே கணினியில் அப்போது ஏற்றப்பட்டிருக்கவில்லை.

எங்கள் வேலை எளிது போன்று தோன்றினாலும் குறுக்கும் நெடுக்குமான பல்வேறு வரிசையில் இருக்கும் இந்தத் தளத்திற்குள் நுழைவது ஒரு புதிர்ச்சூழல் போல இருக்கும். சிலவேளை தலையைச் சுற்ற வைக்கும் அளவுக்கு ஏதோ ஒரு வரிசையில் மட்டும் தொடர்ந்து நின்றுகொண்டு, கண்டுபிடிக்க முடியாத ஏதோ ஒன்றைத் தேடிக்கொண்டிருப்பதற்கான பாவனையை இது தரும். அப்போதுதான் ஒருவர் எனக்கு அறிமுகமாயிருந்தார். சிலரைப் பார்த்தவுடனேயே என்ன காரணம் என்றறியாமலே இவர்கள் வித்தியாசமானவர்கள் என்று உள்மனம் சொல்லுமல்லவா? அப்படித்தான் இவரைப் பார்த்தவுடன் ஓர் எண்ணம் எனக்குள் தோன்றியது. அவரே உருவாக்கியிருக்கக்கூடிய அவருக்கான உலகத்திற்குள் சுழன்றுகொண்டு திரிபவரைப் போன்ற ஒரு தோற்றம்.

உணவு நேர இடைவெளிகளில் மற்றவர்கள் முதல் நாள் நடந்த ஐஸ் ஹாக்கியினதோ, பாஸ்கட் பாலினதோ ஸ்கோர் விபரங்களையும், ஆட்ட நுணுக்கங்களையும் அலசி ஆராய்ந்து கொண்டிருக்கும்போது அவற்றை விலக்கி, நான் ஏதாவது ஒரு புத்தகத்தை வாசித்துக் கொண்டிருப்பேன். அப்போது மூன்றாங்கையாக இந்த ஸ்மார்ட் போன்கள் எல்லாம் முளைத்துவிடாத ஒரு பொற்காலமெனச் சொல்லவேண்டும். ஒருநாள் பிரான்ஸ் காஃப்காவினது 'விசாரணை'யை ஆங்கிலத்தில் வாசித்துக்கொண்டிருந்தேன். எனது சாப்பாட்டு மேசையைக் கடந்துசென்றவர் சட்டென்று நின்று, *'This is not the right time to read Kafka, young man'* என்றார். இதை அவர் எனக்குத்தான் சொல்கிறார்

என்பது முதலில் விளங்கவில்லை. என் முகத்தைச் சுருக்கியபடி என்ன சொன்னீர்கள் என்ற பாவனையில் விழிகளை விரித்து அவரைப் பார்த்தேன். உனக்குத்தான் சொல்கின்றேன் என்றபடி எனக்கு எதிரே இருந்த கதிரையில் வந்தமர்ந்தார்.

காஃப்காவை வாசிப்பது ஒருவகையான வாதை என்பதைவிட, அவர் எழுதிய நிறைய எனக்கு விளங்காமலே இருந்தது. அதைத்தான் இவர் குறிப்பிடுகின்றாரோ எனக் கேட்டேன். 'இல்லை காஃப்காவை வாசிக்கத் தொடங்கினால் வாழ்வின் மீதான பற்று இல்லாது வெறுமை தேவையில்லாது சூழ்ந்துவிடும்' என்றார். 'அப்படி வெறுமை எளிதில் பற்றாது, எனக்கு ஒரு காதலி இருக்கின்றாள். அவளை நெஞ்சு முழுதும் நிரப்பி வைத்திருக்கின்றேன். வெறுமைக்கு மட்டுமில்லை வேறெதற்கும் இடமில்லை' எனச் சிரித்தபடி சொன்னேன். சொல்ல வேண்டியதைச் சொல்லிவிட்டேன். தொடர்வதோ விலத்துவதோ உனது தெரிவு எனப் பெரு மூச்சொன்றுடன் அவர் என்னைவிட்டு விலகிச்சென்றார்.

படித்து முடித்ததற்கும் வேலை கிடைப்பதற்கும் இடையில் ஒரு வெறுமை எனக்குள் இருந்தது. தினமும் ஒரே மாதிரி பொழுது கழிந்து கொண்டிருந்தால் சோர்வு வந்துவிடாதா என்ன? மின்னஞ்சல்களிலும், தொலைநகல்களிலும் அனுப்பும் வேலைக்கான விண்ணப்பங்கள் இலையுதிர்காலத்தில் காற்று அடித்துச் செல்லும் உதிர்ந்த மேப்பிள் இலைகள் போல எங்கோ சப்தமில்லாது தொலைந்து கொண்டிருந்தன. அவளோடு பல்கலைக்கழகத்தில் ஏற்பட்ட காதல்தான் ஏதோ ஒருவகையில் என்னை உயிர்ப்புடன் வைத்திருந்தது. அவளும் இல்லாதுவிட்டால் அநேக கனேடியர்க்கு வரும் winter blue இற்குள் சிக்கித் திணறி மனவழுத்தத்துக்குள் நுழைந்திருப்பேன்.

காதல் என்பது மனசு சார்ந்தது எனச் சொன்னாலும் உடல்களின் வாசனையை அறியாது வரும் காதலை நேசமெனச் சொல்ல முடியாதல்லவா. நானும் அவளும் நமது உடல்களின் வளைவு சுழிவுகளை நிதானமாய் அறிந்துகொள்ள மட்டுமல்ல, உதடுகளால் முத்தமிடக் கூட நிம்மதியான இடங்களைத் தேடி அலைய வேண்டியிருந்தது. கையில் காசு அவ்வளவு புழங்காததால் பொது இடங்களில்தான் நமக்கான ஒதுக்குப்புறங்களைத் தேடித் திருப்தியடைய வேண்டியிருந்தது. அப்படி நாமிருவர் கண்டெடுத்த

இரகசிய இடங்களில் ஒன்றுதான் பேரங்காடி. அங்கே இருக்கும் ஆடைக் கடைகளின் *fitting rooms*தான், நமது இளமைக்கான பாதையைத் திறந்து வைத்திருந்தன. அதுவும் சனம் அவ்வளவு புழங்காத மதிய நேரங்கள் நமக்குப் பொருத்தமான காலங்களாகவும் இருந்தன.

அவள் பெண்களுக்கெனத் தனித்து இருக்கும் *fitting room* இற்குள், முதலில் அணிந்து பார்ப்பதற்கெனக் கையில் சில ஆடைகளுடன் நுழைவாள். நான் அவள் அணிந்த புதிய ஆடைகள் அவளின் உடலுக்குப் பொருத்தமாக இருக்கின்றதா எனச் சரி பார்த்துச் சொல்கின்ற காதலனாக சற்றுத் தொலைவில் நிற்பேன். எவருமே கவனிக்காத பொன்னான நேரத்தில் நான் அந்தச் சின்ன அறைக்குள் நுழைய, பின்னர் நாங்கள் உதடுகளாலும் கைகளாலும், அளவுகளைச் சரி பார்ப்போம். வெளி ஆடைகள் குறைந்து உள்ளாடைகள் கலைந்து நாம் காமத்தின் உச்சத்திற்கு ஏறி, கீழே வரும்போது இந்தக் கடையை வைத்திருக்கும் அந்த நல்லமனிதர் வாழ்கவென மனதுக்குள் வாழ்த்தி வெளியேறுவோம்.

எந்த ஒரு விடயமாயினும் ஒரே ஒழுங்கில் செய்தால், ஒன்று அலுப்பு வந்துவிடுகின்றது அல்லது யாரேனும் அதை வந்து குழப்பிவிடுவார்கள். நாமிருவரும் உடல்களின் அளவீடுகளை உடைகளைக் குறைத்து இரகசியமாகச் செய்கின்றோம் என்பதை ஒருநாள் கடைக்காரர்கள் கண்டுபிடித்துவிட்டார்கள். நாங்கள் அளவீட்டைக் கச்சிதமாய் அளக்கும்வரை விட்டுவிட்டு இனி இந்தக் கடைப்பக்கம் எட்டியே பார்க்கக்கூடாதென்று எச்சரித்து வெளியே அனுப்பிவைத்தனர். அதன் பின்னர்க் காதல் ஆர்முடுகலாக ஏறினாலும், காமம் அமர்முடுகலாக இறங்கி இறங்கி கீழே சரிந்து அதலபாதாளத்துக்குள் போய்க்கொண்டிருந்தது.

காதலும் காமமும் தாவோயிசத்தின் ஜின்யாங் போன்றது. எது வெளிச்சம் எது இருட்டானது என்று பொருத்திப் பார்ப்பது அவரவர் பார்வையைப் பொறுத்தது. ஆனால் ஒன்றில்லாது மற்றொன்று இல்லை. காதல் கூடினாலும் காமம் குறையக்குறைய நம் நேசம் எங்கோ காணாமற் போகின்றது என நாங்கள் கவலையுறத் தொடங்கிய காலத்தில்தான், எனக்கு வேலை அலாவுதீனின் அற்புத விளக்காகக் கிடைத்தது. படிப்புக்கான கடனை இனிக் கவலையில்லாது வட்டியுடன் சேர்த்து மாதம் மாதம் கட்டிவிடலாம்

என்ற மகிழ்ச்சியைவிட, அவளை அரைகுறையான *fitting room* இற்குள் எல்லாம் கூட்டிச்செல்லாது, எங்கேயாவது நிம்மதியான இடத்துக்கு அழைத்துப் போய் அளவீட்டை நேர்த்தியாக எடுக்க வேண்டுமென்ற களிப்பு எனக்குள் பொங்கியது.

அப்படி நாங்கள் இருவரும் ஒரு நாள் முழுதும் செலவழிக்கவென ஐந்து நட்சத்திர மதிப்புள்ள *Four seasons* ஹொட்டலைப் பதிவு செய்தேன். அவளுக்கும் அது பெரும் சந்தோசத்தைக் கொடுத்தது. அது ஐந்து நட்சத்திர ஹொட்டல் என்பதால் அல்ல, இதுவரைகாலமும் பதற்றங்களோடு இருந்ததுபோல அன்றி, நம்மை நாம் நிதானமாக உடல்களை அறிந்துகொள்ளலாம் என்பதால் வந்தடைந்த பரவசநிலை அதுவாகும்.

இவ்வாறு ஓர் இடத்தை நான் தேர்ந்தெடுத்ததால் ஏதாவது வித்தியாசமானதைச் செய்யவேண்டும் என்று விரும்பினாளோ என்னவோ 'உனக்கு ஏதும் நிறைவேறாத ஆசையிருந்தால் சொல்' என்றாள். வழமையான தமிழ் ஆணுக்கு அதுவும் ஒரு பெண்ணைத் தனித்து ஓர் அறைக்குள் பார்க்க விரும்பும்போது என்ன பெரிதாக ஆசை இருக்கப்போகின்றது. உன்னைச் சேலையில் பார்க்கவேண்டும் என்பது என் பெரும் விருப்பங்களில் ஒன்றெனச் சொன்னேன். அவ்வாறே ஆகட்டும், நான் சேலையை அங்கே கொண்டுவந்து உனக்காக அணிந்துகாட்டுகின்றேன் என்றாள். என்னதான் தமிழ் ஆண் என்றாலும் புலம்பெயர்ந்த தமிழ் ஆண் என்றால் கொஞ்சம் தாயகத்திலிருந்து வித்தியாசம் காட்ட வேண்டும்தானே. 'நீ சாறிக்கு ப்ளவுஸ் அணியவேண்டும் என்ற கட்டாயம் ஏதுமில்லை' என்பதையும் அவளுக்குச் சொன்னேன். நான் ப்ளவுஸ் கொண்டு வரவில்லை. ஆனால் நான் சொன்னதை நீ மறந்திடாமல் கொண்டு வாவென்றாள். '*Trojen*ஆ *Magnum*ஆ உனக்குப் பிடிக்கும்' எனக் கேட்டேன். 'பிராண்ட் எதுவாக இருந்தாலும் பிரச்சினையில்லை. ஆனால் *flavour* இல்லாததாய், நல்ல தரத்தில் வாங்கிக்கொண்டு வா, பாதுகாப்பு முக்கியம்' என்றாள்.

அவளோடு ஓர் அருமையான பொழுதை ஐந்து நட்சத்திர ஹொட்டலில் களித்தபின், வேலைக்குப் போனபோது மனது குதூகலத்தின் குளமாய் நிறைந்திருந்தது. வேலையில் கூட வழமைக்கு மாறாய் ஓடியோடி ஒவ்வொரு *aisle* இற்குள்ளும் நுழைந்து ஃபைல்களை உற்சாகமாய் எடுத்தபடி இருந்தேன். இதை

அவர் கவனித்துவிட்டார். 'என்ன! காஃப்கா தனது காதலிகளுக்கு எழுதிய உருக்கமான கடிதங்களை வாசித்துவிட்டாயா?' என்று கேட்டார். 'இல்லை என் காதலியோடு நீண்ட காலத்துக்குப் பிறகு நிம்மதியாக ஒரு நாளைக் கழித்துவிட்டேன்' எனச் சொன்னேன்.

'நல்லவேளை காஃப்காவை வாசித்து அவருக்குள் இருந்த தேவையற்ற பதற்றங்களால் அவர் காதலிகளைத் தொலைத்தமாதிரி நீ இல்லை' என்றார். 'ஏன் உங்களுக்குக் காஃப்காவைப் பிடிக்காததால் தான் இப்படிச் சொல்கின்றீர்களா' எனக் கேட்டேன். 'அப்படி இல்லை, காஃப்காவை நிறைய வாசித்து அவரை மாதிரி வாழ்வின் வெறுமையை நானும் உணர்வதால்தான் இதைச் சொல்கின்றேன்' என்றார். பிறகு சற்று நேரம் அமைதியாக இருந்துவிட்டு, காஃப்கா அவரின் 'விசாரணை'யாலும், அவரின் பதற்றங்களும், பயங்களும் நிறைந்த கதைகளாலும் மட்டும் அடையாளப்படுத்தக் கூடிய ஒருவருமல்லர். உனக்கு அவரின் 'பெர்லின் பொம்மை' கதை தெரியுமா என்றார். எனக்குத் தெரியாது என்றபோது காஃப்காவினது அந்தக் கதையை அவர் சொல்லத் தொடங்கினார்.

காஃப்கா அவரின் வாழ்வின் இறுதிக்கட்டத்தை அடைந்தபோது நிகழ்ந்த சம்பவம் இது. காஃப்கா ஒருபொழுதும் அவரின் சொந்த நகரான ப்ராக்கை விட்டு வெளியேற விரும்பியதில்லை. அவரின் நெடுநாள் காதலியை இரண்டுமுறை திருமணம் செய்வதற்கு அண்மையாகப் போய் அவற்றைக் கடைசி நேரத்தில் இடை நிறுத்தியவர். அவ்வாறு தேவையில்லாப் பயங்களோடு திணறிக் கொண்டிருந்த காஃப்காவிற்கு இளமையான காதலியொருத்தி பெர்லினில் கிடைத்திருந்தார். எல்லாத் தடைகளையும் உடைத் தெறிந்து செல்கின்ற கலகக்காரப் பெண்ணாக டினா இருந்தார். டினாவின் அழைப்பின் பேரில் ஒரு மாற்றம் வேண்டி முதன்முதலாக காஃப்கா பெர்லினுக்குச் சென்றிருக்கின்றார். கிட்டத்தட்ட ஆறு மாதங்களுக்கு மேலாக பெர்லினில், காஃப்கா தன் சொந்த நகரை நீங்கி வசித்தது சற்று விசித்திரமானதுதான். அப்போது நிகழ்ந்த ஒரு கதைதான் இது.

ஒருநாள் அவர்களின் தொடர்மாடிக்கட்டடத்தின் முன்னால் இருந்த பூங்காவில் ஒரு சிறுமி அழுதுகொண்டிருக்கின்றாள். டினாவோடு வெளியில் நடக்கச் சென்றிருந்த காஃப்கா அழுது கொண்டிருக்கும் சிறுமியைக் காண்கின்றார். அவளின் அழுகையை

இளங்கோ | 31

நிறுத்தும் பொருட்டு காஃப்கா அவள் அழுவதன் காரணத்தைக் கேட்கின்றார். அந்தச் சிறுமி, நெடுநாள் தான் பத்திரமாய் வைத்திருந்த பொம்மை தொலைந்துவிட்டதென விக்கி விக்கி அழுதபடி சொல்கிறாள். அப்போதுதான் முதலாம் உலகமகா யுத்தம் முடிவடைந்திருந்த காலம். ஜேர்மனி போரால் மிக மோசமாகப் பாதிக்கப்பட்டிருந்தது. நாட்டு மக்களை வறுமை மூடி, நாளாந்த வாழ்க்கை சிதைக்கப்பட்டிருந்த காலப்பகுதி அது.

காஃப்கா அந்தக் குழந்தையின் அழுகையை நிறுத்தும் பொருட்டு, அவளின் பொம்மை ஒரே இடத்தில் இருந்து அலுப்படைந்து, இப்போது பயணம் செய்யப்போய்விட்டது, தன் பொருட்டு இந்தச் சிறுமி கவலைப்படக்கூடாதென்று பொம்மை தன்னிடம் சொன்னதாகக் கூறுகின்றார். சிறுமி கொஞ்சம் இதை நம்பினாலும், எப்படி இதுவரை நானறியாத உங்களிடம் பொம்மை இதைச் சொன்னது என்று கேட்கின்றாள். அதற்கு காஃப்கா பொம்மை ஒரு கடிதம் அனுப்பியிருந்தது. நான் மறந்துபோய் வீட்டில் வைத்துவிட்டு வந்துவிட்டேன், நாளை கொண்டு வந்து தருகின்றேன் என்கின்றார். இந்தச் சம்பவத்தை பிறகு வெளியுலகிற்குச் சொல்லும் காஃப்காவின் காதலியான டினா, ஒரு குழந்தைக்கு இப்படி வாக்குறுதி கொடுத்ததற்காய், காஃப்கா உடனேயே வீட்டுக்குப்போய் குளிர்கால அங்கியைக் கூடக் கழற்றாமல் மிகச்சிரத்தையாகக் கடிதம் எழுதத் தொடங்கினார் என்று குறிப்பிடுகின்றார்.

இவ்வாறு அடுத்தநாள் கடிதத்தைக் குழந்தையிடம் பொம்மை எழுதியதாகக் கொடுத்தவுடன், அந்தச் சிறுமி தொடர்ந்து பொம்மை எழுதும் கடிதங்களைத் தனக்குத் தரச் சொல்கின்றார். இதன் நிமித்தம் இந்தச் சிறுமிக்கு தினம் ஒரு கடிதமென மூன்று வாரங்கள் கடிதங்களைக் காஃப்கா எழுதுகின்றார். அந்தக் கடிதங்களினூடாக பொம்மை கொஞ்சமாக கொஞ்சமாக வளர்ந்து, ஒரு கட்டத்தில் திருமணம் செய்துவிடுவதாய்க் குழந்தைக்குச் சொல்லிவிடுகின்றார். பொம்மை தன்னைவிட்டுத் தொலைவில் போய்விட்ட துயரத்தைவிட, அது எங்கேயோ நன்றாக இருக்கின்றதென நினைத்து சிறுமி கொஞ்சம் கொஞ்சமாக ஆறுதல் கொள்கிறாள்.

இறுதிக்கடிதத்தில் நான் திருமணம்செய்துவிட்டேன். இனிக் கடிதங்கள் எழுத நேரம் கிடைக்காது என்று காஃப்கா பொம்மை

சொல்வதாக எழுதுகின்றார். அன்பெனப்படுவது ஒரே இடத்திலோ அல்லது ஒருவராலோ தரப்படுவதில்லை, அது வேறு விதமாகக் கூடத் தரப்படலாம். எனவே எனக்காகக் காத்திருக்கத் தேவையில்லை என்ற பொம்மையின் இறுதியான வார்த்தைகளுடன் காஃப்கா கடிதத்தை முடிக்கிறார்.

இவ்வாறு காஃப்காவினது பொம்மைக் கதையைச் சொன்ன அவர் காஃப்காவினது இறுதிக் கடிதத்தில் இருந்த வார்த்தைகளான *"Everything you love, you will eventually lose, but in the end, love will return in a different form"* என்பதை நான் மனப்பாடம் செய்யவேண்டும் என்பதுபோல இதைத் திரும்பத் திரும்பச் சொன்னார்.

கண்காணிப்பு உலகம் குறித்து மிகப் பெரும் அச்சத்தோடும், தனக்கான பதற்றங்களோடும், அவருக்கு ஏற்கெனவே வந்துவிட்ட காசநோயோடும் போராடிக்கொண்டிருந்த காஃப்கா ஒரு சிறுமிக்காய் நேரம் எடுத்து எழுதிக்கொடுத்த கடிதங்களினூடாக வேறொருவராகக் காட்சியளிக்கின்றார் எனச் சொல்லியபடி சப்வேயிற்குள் எனது நண்பர் நுழைந்து மறைந்தார்.

என்னால் அதன்பிறகு அன்றையகாலத்தில் எவ்வளவு முயன்றபோதும் காஃப்காவினது விசாரணையை மனம் ஒன்றி வாசிக்க முடியாது போனது. கடுமையாக மனதைக் குவித்து வாசித்தாலும் வார்த்தைகள் மூளையில் பதியாது நழுவிப்போய்க்கொண்டே இருந்தன. ஆனால் காஃப்கா இறப்பதற்கு முன் எழுதிய 'ஒரு பட்டினிக் கலைஞர்' கதையை என்னால் எளிதாக வாசிக்க முடிந்திருந்தது. ஒரு படைப்பாளிக்கான இடம் என்னவென்பதையும், எவ்வளவு எளிதாக ஒரு கலைஞர் மாற்றீடு செய்யப்படமுடியும் என்பதையும் என் இளமைக்காலத்திலேயே அது உணரவைத்திருந்தது.

நண்பர் விரும்பியமாதிரியே, காஃப்காவின் முக்கியப் படைப்பான விசாரணையை என்னால் வாசிக்க முடியவில்லை என்பதை அவருக்குச் சொன்னேன். அதனால் அவருக்கு நிறைவு இருந்ததா அல்லது இல்லையா என்பதைச் சரியாக என்னால் அறிய முடியவில்லை. ஒருவகையில் அதை அறிந்துகொள்வதில் எனக்கும் பெரிய ஈடுபாடும் இருக்கவில்லை. எனக்கு என் காதலியோடு வந்த சிக்கல்களிலேயே நிறைய நேரத்தைச் செலவழிக்க வேண்டியதாகப் பிறகு போய்விட்டது.

ஒருநாள் காஃப்கா, பொம்மை எழுதிய கடிதத்தில் சொன்னது போல, என் காதலியோடும் காதல் முடிந்துபோனது. எந்த நேசமாயினும் முடிந்துபோகும். ஆனால் வேறிடத்தில் இன்னொரு வடிவத்தில் அது திரும்பி வருமென்பதை, என் மனம் நம்ப மறுத்து, தொலைந்துபோன காதலை நினைத்து ஏங்கிச் சோர்ந்து போகும் காலம் என் முன்னே கொடூரமாய் வந்து நின்றது.

எனது இந்த நிலையையும் இந்த காஃப்கா வாசகர் அல்லது அவநம்பிக்கையாளர் கண்டுபிடித்திருந்தார். ஒரு சோகத்துக்கு அந்தச் சோகத்திற்கான காரணங்களைத் தேடிச் செல்வதைவிட, இன்னொருவர் அதையொத்துத் தனக்கு நிகழ்ந்த துயரத்தைச் சொல்லும்போதுதானே இது எல்லோருக்கும் பொதுவான கவலையென நினைத்து மனித மனம் ஆறுதல் கொள்கிறது. அவர் தனக்கு நிகழ்ந்த கதையைச் சொல்லத் தொடங்கினார்;

எனக்குள் ஒரு காதல் தீவிரமாய் வந்தபொழுது அவள் அப்போது தாதியாக வேலை செய்துகொண்டிருந்தாள். இருவரும் எங்கள் வீட்டுக்கோ நண்பர்களுக்கோ சொல்லாது திருமணப் பதிவையும் அவசரமாகச் செய்துகொண்டோம். அவள் வேறொரு நகரத்திலும், நான் இன்னொரு நகரத்திலும் வேலை செய்யவேண்டிய நிர்ப்பந்தம். அதற்கு முன்னர் எங்கள் இருவருக்கும் காதல் அனுபவங்கள் இருந்தன. நான் இதற்கு முதல் காதலித்த ஒரு பெண்ணுக்கு உருகி உருகி அவள் உடலின் அந்தரங்கமான பகுதிகளை விபரித்து எழுதிய கடிதத்தை அந்தப் பெண் தன்னோடு வேலை செய்த இன்னோர் ஆணுக்கு வாசிக்கக் கொடுத்திருந்தாள். அப்போது நாங்கள் எல்லோரும் ஒரேயிடத்தில் வேலை செய்து கொண்டிருந்தோம். எனக்கு என்னவோ எனது கடித்தத்தை அந்த வேலைத்தளத்தில் இருந்த எல்லோருமே வாசித்தமாதிரியான பதற்றம் வரத்தொடங்கியது.

எல்லோருக்கும் என்னைப் பற்றித் தெரிந்துவிட்டது போலவும் ஒரு மாய உணர்வால் பீடிக்கப்பட்டேன். முதன் முதலாக மனதளவிலான பாதிப்பு இதுதான். இந்த மாய உணர்வு என் காதுகளில் மாய ஒலியாகக் கேட்க ஆரம்பித்துவிட்டது. நீ மிகவும் மோசமானவன்... நீ மிகவும் பச்சையானவன்... நீ ஒரு காமுகன்... நீ அசிங்கம் பிடித்தவன்' என்று என்னை எல்லோரும் திட்டுவதுபோல, கெட்ட வசவுகளால் என்னைத் துன்புறுத்துவதுபோல. என்னால்

சகிக்க முடியவில்லை. ஒரு நண்பரிடம் ஆலோசனை கேட்க, அவர் ஒரு சைக்யாட்ரிஸ்டைப் பார்க்கும்படி அறிவுறுத்தினார். இந்த உளவியல் சிகிச்சையில் முக்கியமானது, என்னவென்றால் மாத்திரைகளைத் தொடர்ந்து சாப்பிட்டு வரவேண்டும். இது அவசியமானது. நல்லபடியாகக் குணமாகிக்கொண்டு வருகிறது என்று தெரிந்தால் மாத்திரைகளின் வீர்யத்தைக் குறைத்துக் கொடுப்பார்கள்.

இந்த அனுபவத்துக்குப் பிறகுதான் நான் இவளைத் திருமணம் செய்தேன். இவளுக்கு நான் மாத்திரை எடுப்பது பிடிக்கவில்லை. ஒன்று நானா இல்லை மாத்திரையா வேண்டும் என்று முடிவெடுக்கச் சொல்லிவிட்டாள். மாத்திரை எடுப்பதை அவளுக்காக நிறுத்தினேன். ஆனால் எனக்குள் பிறகு பல்வேறு விதமான குரல்கள் திரும்பவும் ஒலிக்கத் தொடங்கின. அதிலும் நான் திருமணம் செய்த இவளுக்கு வேறு யாரோடு வரம்பு மீறிய உறவு இருக்கின்றதென்று எனக் குரல்கள் திரும்பத் திரும்பச் சொல்லத் தொடங்கின. ஒருகட்டத்தில் அது உண்மையெனத் தீவிரமாக நம்பவும் தொடங்கி, அவளைக் கண்காணிக்கவும், வார்த்தைகளால் துன்புறுத்தவும் தொடங்கினேன்.

ஒருநாள் 'என்னைப் பொறுத்தவரை எல்லாம் முடிந்துவிட்டது. வாழ விருப்பமில்லாததால் நான் சாகிறேன். தயவுசெய்து என்னைக் காப்பாற்ற முயற்சிக்காதே. இனி உனக்கு முழுச் சுதந்திரமுண்டு. நீ எப்படி வேண்டுமானாலும் வாழ்ந்துகொள்ளலாம். உன்னை மனப்பூர்வமாக வாழ்த்துகிறேன்' என்று கடிதம் எழுதி அவள் தலையணைக்குக் கீழ் வைத்துவிட்டுப் படுத்துவிட்டேன். அவள் என்னை எழுப்பிப் பார்த்திருக்கிறாள். நான் எழுந்திருக்கவில்லை.

இறுதியில் அவள்தான் என்னை வைத்தியசாலைக்குக் கொண்டுபோய்க் காப்பாற்றினாள். ஆனால் இப்படித் தேவையில்லாது சந்தேகம் கொள்ளும் என்னோடு சேர்ந்து இனியும் வாழமுடியாது என்று தெளிவாக முகத்துக்கு நேரே சொல்லிவிட்டாள்.

அவளும் போனதன்பின், தனக்குத்தானே பேசிக்கொள்ளும் பழக்கம் எனக்குத் தொற்றிக்கொண்டது. இரவுகளில் தூக்கமில்லை. ஓயாத மன உளைச்சல். எதை எதையெல்லாமோ நினைத்து அடிக்கடி அழுதுகொண்டிருந்தேன். ஒரு நிலைக்குப் பிறகு சிகிச்சை எடுத்தே தீரவேண்டுமென்று தோன்றிவிட்டது. நண்பர் ஒருவர் மூலமாக மனநலக் காப்பகத்தில் சேர்ந்தேன்.

அங்கே எந்த இடையூறும் இல்லாதபடி சீராகவும் சரியாகவுமிருந்தது மருத்துவமனைச் சூழல். சிகிச்சையும் சிறப்பான வகையில் இருந்தது. ஒருவகையில் தேறிவந்துவிட்டேன். என்றாலும் இப்போதுகூட அவ்வப்போது தாறுமாறான எண்ணங்கள், நான் நினைக்காமலேயே தானாகவே எண்ணங்கள் வருகின்றன. மோசமான எண்ணங்கள் அதிகம் வரும். இது மனதை மிகவும் பாதிக்கிறது. இந்த மோசமான எண்ணங்கள் என்னுள் அதிகமான அச்சத்தை ஏற்படுத்துகின்றன.

இவை எல்லாவற்றிலிருந்தும் தப்ப காஃப்கா தான் எனக்குத் துணை புரிந்தார். அவரை என் நிலையோடு ஏதோ ஒருவகையில் பொருத்திப் பார்க்கமுடிகின்றது. அவருக்குக் காதலிகள் இருந்தாலும் திருமணத்தின் மீது நம்பிக்கை இருக்கவில்லை. நாமெல்லோருமே யாராலோ, எதனாலோ கண்காணிக்கப்படுவதாக அவர் தீவிரமாக நம்பினார். என்னைப் போலவே கண்ணுக்குத்தெரியாத எதிரிகளோடு தினமும் காஃப்காவும் போராடினார் என்பதைத்தான் அவரின் எழுத்துகள் சொல்கின்றன என்றார்.

இப்படித் தன்பாட்டில் உலாவிக்கொண்டிருந்த இந்த மனிதருக்குள் இவ்வளவு போராட்டங்கள் மனதின் அடியாழத்தில் நிகழ்ந்துகொண்டிருக்கின்றனவா என வியப்பும், ஒருவகையில் சோர்வும் எனக்கு வந்தது. ஏன் இந்த உலகம் அற்புதமான மனிதர்கள் மீதெல்லாம் தேவையில்லா கொடூரத்தின் போர்வையைக் கவிழ்த்துவிட்டுச் செல்கின்றன என நினைத்துக்கொண்டேன். மற்றொருவகையில் இவர் சிக்கிக்கொண்ட சுழலின் ஆழத்தின் அளவுக்கு நான் போகவில்லை என்று எண்ணி என் மனம் சிறிது ஆறுதலும் கொண்டது.

இது நடந்து சில மாதங்களுக்குப்பிறகு நான் அந்த வேலையை விட்டிருந்தேன். என் காதலை இழந்துபோன சோகத்தால் என்னால் அந்தவேலையில் அவ்வளவு ஈடுபாடு கொள்ள முடியவில்லை. நிலவறையில் சூரிய ஒளிபடாது ஓர் அவதிக்குள் வேலை செய்வதுபோல, என் காதலியும் இல்லாதுபோனதால் மனமும் எதிலோ சிக்கிக்கொண்டு மூச்சுவிடத் திணறிக்கொண்டிருப்பதாய்த் தோன்றியது. எங்கேயாவது தூர இடத்துக்குப் போனால் நன்றாக இருக்குமென மனம் சொன்னது. சட்டென்று ஒரு விமான டிக்கெட்டைப் பதிவுசெய்து கியூபாவுக்கு எந்தத் தயார்ப்படுத்தலும்

இல்லாது போய்ச் சென்றிறங்கினேன். அங்கு போயும் என் காதலியின் நினைவு விடாது துரத்த அவளுக்கு ஒரு மெயில் 'உன்னை மறக்கமுடியாது இருக்கின்றது' என உருக்கமாய் எழுதி அனுப்பினேன். அவள் எல்லாவற்றையும் இத்தோடு நிறுத்துவதுதான் நம் இருவருக்குமான விடுதலையாக இருக்கும் என மறுபதில் எழுதிவிட்டு அதற்குப் பிறகு நான் எழுதிய எந்த ஈமெயில்களுக்கும் பதில் அனுப்பாது விட்டிருந்தாள்.

நான் வேலையை விட்டு விலகிச் செல்லப்போவதை என் காஃப்கா நண்பருக்குச் சொல்லியிருந்தேன். 'ஓர் இடைவெளி, ஒரு பயணம் உன்னை ஆற்றுப்படுத்தட்டும்' என என்னை ஆசிர்வதித்து அவர் அனுப்பினார். 'காஃப்காவை மத்திய வயதில் வாசி. இப்போது அவருக்குள் அதிகம் நுழையாதே' என மீண்டும் அறிவுறுத்தினார். 'காஃப்கா முக்கியமானவர், நம் இருத்தலிய வாழ்வில் ஒருபோதும் விலத்திப் போகமுடியாதவர். ஆனால் அதற்கு நாம் அனுபவ நதிக்குள் நுழைந்து மூச்சுத்திணறி நீச்சலைக் கற்றுக்கொள்ளாதவரை காஃப்கா தொலைவிலே நின்று மட்டும் புன்னகைத்து எங்களைக் குழப்புவார்' என்று மிக அக்கறையான வார்த்தைகளுடன் சொல்லி அனுப்பிவைத்தார். அதுவரைகாலமும் தன்னைக் காஃப்காவினது கே என்ற பாத்திரத்தால் தன்னை அறிமுகப்படுத்தியவர் அன்றுதான் தன் முழுப்பெயர் கார்ல் ராஜன் என்று எனக்குச் சொன்னார்.

நான் அதற்குப் பிறகு எத்தனையோ அனுபவங்களை அடைந்துவிட்டிருந்தேன். காதல்களும் ஒன்றுக்கும் மேலே வந்து 'நீரளவே ஆகுமாம் நீராம்பல்' என்பது போல ஒவ்வொன்றும் நீண்டகாலம் தங்காது இடைநடுவில் விலத்திப் போயிருந்தன. ஒரு மழைநாளில் இலைகள் மஞ்சளாய் உதிர்ந்துகொண்டிருப்பதை, செம்மதுவை அருந்தியபடி அறைக்குள் இருந்து பார்த்துக் கொண்டிருந்தேன். மனது Mr.Kயை ஓர் உதிர்ந்து விழும் இலையென உருவகித்துப் பின்தொடர்ந்து செல்லத் தொடங்கியது. அதன் நீட்சியில் எனது அன்றைய காதலியின் நினைவும் இலையின் நரம்பென ஓடியது. அவள் இன்று சேலை அணிகையில் ப்ளவுஸ் போடும்போது, நான் ப்ளவுஸ் இல்லாது சேலை அணியக் கேட்டதை, நினைத்துச் சிரிக்கக் கூடுமென ஓர் எண்ணம் எட்டிப் பார்த்தது. இப்போது நான் துயரில் இருக்கின்றேனா அல்லது மகிழ்வாய் இருக்கின்றேனா என அறிய முடியாக் குழப்பத்தில் ஒரு

மிடறு மதுவை மேலும் அருந்தினேன். என் வயதும் அனுபவமும் அருந்தும் மதுவைப் போலக் காலத்தோடு கனிந்து வர, காஃப்கா கொஞ்சம் கொஞ்சமாகப் பிடிபடத்தொடங்கினார்.

இப்போது நான் சந்தித்த நண்பர் கே எங்கே இருப்பார் என யோசித்துப் பார்த்தேன். எங்கிருந்தாலும் நன்றாக வாழ்ந்துகொண்டிருப்பார் என்று உள்மனம் சொல்லியது. எனது புத்தக அலுமாரியிலிருந்து எழுந்தமானமாய் ஒரு புத்தகத்தை வாசிக்க எடுத்தேன். அது கோபிகிருஷ்ணனின் 'உள்ளிருந்து சில குரல்கள்' தொகுப்பாய் இருந்தது.

அதை விரித்து வாசித்துக்கொண்டிருக்கும்போதுதான் ஒரு விடயம் சட்டென்று ஞாபகத்திற்கு வந்தது. கோபிகிருஷ்ணன் தனது கிறிஸ்தவக் காதலியை மணம் செய்வதன் பொருட்டு மதம் மாறியபோது அவருக்கு சூட்டப்பட்ட கிறிஸ்தவப் பெயர் கார்ல் ராஜன்.

அப்படியெனில் கே என்ற பெயரோடு நான் சந்தித்தது எழுத்தாளர் கோபிகிருஷ்ணனைத்தானா?

★

(குறிப்பு: 'மழை' சிற்றிதழுக்காய் கோபிகிருஷ்ணனை, யூமா வாசுகி எடுத்த நேர்காணலின் சில பகுதிகள் இந்தக் கதையில் நன்றியுடன் எடுத்தாளப்பட்டிருக்கிறது)

(காலச்சுவடு, 2021)

முள்ளிவாய்க்கால்

1

நான் கொழும்பில் போய் இறங்கியபோது வெயில் எரித்துக்கொண்டிருந்தது. பகல் பொழுதில் வெளியில் போகவும் எரிச்சலாக இருந்தது. இந்தப் பயணத்தின்போது அவளை எப்படியாகினும் தவறாது சந்தித்துவிட வேண்டுமென நினைத்திருந்தேன். அவள் முள்ளிவாய்க்காலுக்குள் கடைசிவரை இருந்து தப்பி வந்தவள். கொழும்பிலும், தனது ஊரிலுமாக மாறிமாறி இப்போது வாழ்ந்துகொண்டிருந்தாள். அவளை அவளின் ஊரில் சென்று சந்தித்தல் அவ்வளவு எளிதில்லை என்பதால், எப்படியேனும் கொழும்பில் சந்தித்தால் நல்லது என்று தோன்றியது. நான் எழுதுவதைக் கிட்டத்தட்ட ஏழெட்டு வருடங்களாக வாசித்துக் கொண்டிருக்கின்றவள். ஆனால் அண்மையில்தான் சோஷல் மீடியா மூலம் தொடர்புகொண்டு இருவரும் ஒருவருக்கொருவர் அறிமுகமாயிருந்தோம்.

காலையில் பக்கத்துக் கடையில் வாங்கி வந்திருந்த *Sunday Times*ஐ விரித்துப் பார்த்தபோது, கொழும்பில் ஓரிடத்தில் ஜியோப்ஃரி பாபாவினது ஆர்க்கிடெக் கண்காட்சி நடக்கின்றது என்பதைப் பார்த்தேன். நாம் சந்திப்பதாக இருந்தால் இந்தக் கண்காட்சியில் சந்திப்போமா என அவளிடம் கேட்டேன். அவளுக்குக் கொடுப்பதற்கெனச் சென்னையில் வாங்கிய சில புத்தகங்களையும், கொழும்பு வெம்மைக்குள் இதோ உருகப்போகின்றேன் என்று சவால் விட்டுக்கொண்டிருந்த சில சொக்கிலெட்டுக்களையும் கூடவே எடுத்துக்கொண்டு போனேன்.

ஜியோப்ஃரி பாவாவினால் வடிவமைக்கப்பட்டிருந்த கந்தளகமா ஹொட்டலில் சிலவருடங்களுக்கு முன்னர் போய்த் தங்கியிருக்கின்றேன். ஒருபக்கம் வாவியும், இன்னொருபுறம்

மலையுமெனக் காட்டுக்குள் அமைந்த அந்த விடுதி, ஓர் அற்புதமான அனுபவத்தைத் தந்திருந்தது. அதை வடிவமைத்தவர் இதே ஜியோப்ஃரி பாவா என்பதால் கண்காட்சிக்குச் செல்வது உற்சாகமாக இருந்தது. ரொறொண்டோவில் எல்லா நிகழ்வுகளுக்குப் போவதுபோல, நான் சொன்ன நேரத்துக்குப் பிந்திச் சென்றபோதும் இவள் புன்னகையோடு வரவேற்றாள். அனல் வெயிலால் வியர்வை வழிய வழியச் சென்ற எனக்கு அது சற்றுக் குளிர்மையைத் தந்திருந்தது.

மயில்தோகையின் வர்ணத்தில் சுடிதார் அணிந்திருந்தாள். சுருள் சுருளான கூந்தல் அவள் தோள் முழுதும் அலைபாய்ந்தபடி இருந்தது. இடது காதும் கன்னமும் சந்திக்கும் இடத்தில் ஒரு மச்சம் மறைந்தும் மறையாதமாதிரி விளையாட்டுக்காட்டிக்கொண்டிருந்தது, இடதுபக்கம் அணிந்திருந்த மூக்குத்தி முகத்துக்கு நல்ல களையைக் கொடுத்திருந்தது

இப்போதுதான் அறிமுகமாகின்றோம் என்று உணராவண்ணம் ஏற்கெனவே பலமுறை சந்தித்த நண்பர்களைப் போல இயல்பாகப் பேசத் தொடங்கினோம். கண்காட்சிக்குள், நின்று நிதானித்துப் பார்ப்பதற்கு அவ்வளவாக ஏதும் இருக்கவில்லை. நேரமும் மதியத்தைத் தாண்டிவிட்டதால் அருகிலிருந்த ஒரு கஃபேயில் மதியவுணவைச் சாப்பிடுவோம் என வெளியில் நடக்கத் தொடங்கினோம். முதலில் தெரிந்தது பெப்பர்மின்ட் கஃபே. அதன் சூழல் இரம்மியமாக இருந்தாலும் அண்மையில்தான் அங்கு வேலையில் இருக்கும் பரிசாரகர்கள் தமிழில் வாடிக்கையாளர்களுடன் பேசக்கூடாது என்ற கட்டளையை அதன் நிர்வாகம் விதித்து, பெரும் சர்ச்சைக்குள் சிக்கியிருந்ததும் நினைவுக்கு வந்தது. இந்த இடம் வேண்டாமென விலத்தி, சற்றுத் தொலைவிலிருந்த ஜாஸ்மின் கஃபேயை நோக்கி நடந்தோம்.

மதியம் என்பதாலோ அல்லது வேலை நாளென்பதாலோ சனம் அவ்வளவாக இல்லாமல் உணவகம் அமைதியாக இருந்தது. உணவுக்கான ஓடரைக் கொடுத்தபின் எதையோ சொல்ல விரும்புகின்றவள் போலவும், ஆனால் ஏதோ அதைத் தடுப்பது போலவும் அவள் தவிப்பதும் தெரிந்தது. இறுதியில் அவள் 'இது எனது முதல் காதல் கதை. காதல் என்று கூடச் சொல்லலாமோ தெரியாது. உன்னோடு இதைப் பகிர்ந்துகொள்ளவேண்டுமெனத்

தோன்றுகின்றது' என்றாள். 'எந்த இரகசியம் என்றாலும் யோசித்து என்னோடு பகிருங்கள். பிறகு நான் இதை வேறொர் இடத்தில் இன்னொருவருக்கு நிகழ்ந்ததுபோல எழுதிவிடும் ஆபத்து இருக்கின்றது' என்றேன். 'அதனால்தான் உனக்குச் சொல்கின்றேன். உன்னிடம் சொல்வதால் இதை எழுதிவிடுவாய் என்பதால் அல்ல, இப்படிச் சொல்வதன் மூலம் என்னை நான் கடந்தகாலத்திலிருந்து விடுவித்துக்கொள்ள விரும்புவதால்கூட இருக்கலாம்' என்றாள்.

2

'நான் அப்போது எங்கள் ஊரில் மேலே தொடர்ந்து படிப்பதற்கு நல்ல பாடசாலை இல்லையென்பதால் தூரத்திலிருந்த பாடசாலைக்குப் போகத் தொடங்கியிருந்த காலம். அந்தப் பொழுதில்தான் அவனைச் சந்தித்தேன். என்னைவிட மூன்று வயது கூடியவன். எங்கள் பாடசாலையில் உயர்தரம் படித்துக் கொண்டிருந்தான். பாடசாலையில் அவ்வளவு கதைக்க முடியாத போதும் நான் ரியூசனுக்குப் போகும்போதெல்லாம் என்னை ரியூசனிலிருந்து மூன்று கிலோமீற்றர்கள் தூரத்திலிருந்த வீடுவரை, சைக்கிளில் தினமும் பின்தொடர்ந்து வந்துகொண்டேயிருப்பான்.

எனக்கும் அவ்வளவு முதிராத பருவம். கொஞ்சம் நாட்கள் செல்ல, அவன் பேசக்கூடிய அளவுக்கு என்னோடு நெருக்கமாகி விட்டிருந்தான். நான் ரியூசன் முடிந்து சைக்கிளில் சமாந்தரமாய் வரும் அவனோடு வரும் வழியெங்கும் நிறையக் கதைத்துக்கொண்டே வருவேன். அவ்வப்போது எனது சைக்கிள் கூடைக்குள் பூங்கொத்துகளை நிரப்பி எனக்குச் சின்னச்சின்ன வியப்புகளையும் தந்தான். அதைக் காதல் என்று சொல்லமுடியாது. ஆனால் அவனோடு கதைத்துக்கொண்டிருப்பது எனக்குப் பிடித்திருந்தது. அதிலும் அவனது மற்ற நண்பர்களெல்லாம் கிரிக்கெட் விளையாட மைதானம் போகும்போது, அவர்களுக்கு ஏதாவது காரணத்தைச் சொல்லி, அவன் என்னோடு சைக்கிள் உழக்கியபடி கூடவே வந்துகொண்டிருந்தது எனக்கும் புதுவித அனுபவத்தைத் தந்துகொண்டிருந்தது.

இப்படி இருந்த காலத்தில்தான் யுத்தம் மீண்டும் தீவிரமாகத் தொடங்கியது. அவனின் வீட்டின் மூன்று ஆண்கள். மூத்தவன் இவன்தான். வீட்டிலிருந்து ஒருவர் கட்டாயம் இயக்கத்தில் சேரவேண்டுமென வீடு வீடாக இயக்கம் பிரச்சாரம் செய்து கொண்டிருந்தது. இவன் வீட்டிலிருந்து இவனைத்தான் இயக்கத்துப் போவதற்கு வீட்டுக்காரர் தேர்ந்தெடுத்திருந்தனர். பாடசாலையில் இவன் ஓரளவு விளையாட்டில் பிரபல்யம். அவன் இயக்கத்துக்குப் போகப்போகும் செய்தி அறிந்து சோகத்தில் ஆழ்ந்ததுபோல இரண்டு மூன்றுநாட்களுக்கு மழையும் இடைவிடாது பெய்தது. அத்தோடு இயக்கத்துக்குப் போனவர்கள் மரணப்பேழைகளில் விழி மூடியபடி உடனேயே திரும்பிக்கொண்டிருந்த கொடுங்காலமாகவும் அது இருந்தது. இவன் இயக்கத்துக்குப் போகின்றான் என்பதை அறிந்தவுடன் நான் அன்று முழுதும் மழையைவிடக் கூடுதலாக அழுதபடியே இருந்தேன். ஏனோ தெரியாது என்னுடலிருந்து ஒரு பகுதி இல்லாமற்போவது போன்ற அவதியை நான் முதன்முதலில் உணரத்தொடங்கினேன்.

இயக்கத்துக்குப் போகும் நாளுக்கு முதல் நாள் அவன் எனக்கு ஓர் ஆட்டோகிராப் புத்தகத்தைத் தந்தான். அது சிவப்பு நிறத்தாலானது. அதனை மூடிப்பூட்டுவதற்கு என்று பூட்டும் திறப்பும் இருந்தது. அவன் அதைத் தந்துவிட்டு நாளை நான் இயக்கத்துப் போனபிறகுதான் நீ இதைத் திறந்து பார்க்க வேண்டுமெனச் சொன்னான்.

அடுத்தநாள் பாடசாலைக்குப் போனபோது அவனும், அவன் வகுப்பைச் சேர்ந்த அவனது சில நண்பர்களும் இயக்கத்துக்குப் போய்விட்டார்கள் என்ற துயரச் செய்தியோடுதான் அன்றைய காலையே தொடங்கியது. என்னால் எந்தப் பாடத்திலும் கவனம் செலுத்த முடியவில்லை. அவனை நினைக்க நினைக்க சடுதி சடுதியாக விம்மலோடு அழுகை பீறிட்டெழத் தொடங்கியது. யூனிபோர்ம் வியர்வையால் நனைவதுமாதிரி, நான் அன்று கண்ணீரால் நனைந்திருந்தேன்.

பாடசாலை முடிந்ததும் முடியாததுமாய் வீட்டுக்குப் போய் அவன் தந்த ஆட்டோகிராப்பைத் திறந்து பார்த்தேன். அந்தப் பக்கங்கள் முழுதும் காதல் வரிகளால் நிரப்பப்பட்டிருந்தன. என்னை நேசிப்பதாகவும், இந்த இறுதி யுத்தம் முடிந்ததும் என்னை மணம்

முடிக்கப்போவதாகவும் எழுதியிருந்தான். இறுதியில் இரத்தத்தால் ஐ லவ் யூ என்றும் எழுதியிருந்தான். 'எமது மண் எனது இரத்தத்தைக் கேட்கின்றது. ஆனால் எனது குருதியின் முதல் துளி என்றைக்கும் உனக்கானது' என்று அவன் எழுதியிருந்ததை வாசித்தவுடன் ஓவென்று சத்தமிட்டு அழத்தொடங்கிவிட்டேன்.

குசினிக்குள் இரவு உணவுக்காய்ப் புட்டு அவித்துக்கொண்டிருந்த அம்மா, ஏதோ அசம்பாவிதம் நடந்துவிட்டதோ என ஓடிவர, அவரின் கண்பார்வைக்குள் படாமல் அதற்கிடையில் ஆட்டோகிராப்பை மறைத்துவிட்டேன். அம்மா என்ன காரணம் என்று உருக்கிக்கேட்டபோது, எங்களோடு படித்துக்கொண்டிருக் கின்றவர்கள் எல்லாம் இயக்கத்துக்குப் போகின்றார்கள், நானும் போக வேண்டி வருமோ என்று எனக்கும் பயமாக இருக்கிறது' என்று சொன்னேன். 'நீ எங்களின் ஒரேயொரு பிள்ளை, உன்னை எப்படியாயினும் இயக்கத்துக்குப் போவதிலிருந்து தடுத்துவிடுவோம் கவலைப்படாதே' என அம்மா தலையைக்கோதி என்னை ஆறுதல்படுத்தினார்.

பிறகு பாடசாலைக்குப் போவதுமட்டுமில்லை, எனக்கு ரியூசனுக்குப் போவதுகூடப் பிடிக்கவில்லை. எப்பவுமே அவனது நினைவுகள்தான். என்னால் அதிலிருந்து விடுபடமுடியவே இல்லை. எப்போதும் அவன் தந்த ஆட்டோகிராப்பை என்னோடு காவியபடியே இருப்பேன். அது ஏனோ அவன் என்னருகில் இருக்கின்றான் என்ற உணர்வைத் தரும். அந்தக் காய்ந்துபோன இரத்த எழுத்தையெல்லாம் பார்க்கும்போதெல்லாம், என் மீது எவ்வளவு நேசம் இருந்தால் இப்படி எழுதமுடிந்திருக்குமென நினைக்க நினைக்க இன்னும் நெஞ்சு விம்மும்.

இவ்வாறாகக் கதையைச் சொல்லிக்கொண்டு எங்கோ தொலைந்துகொண்டிருந்த அவள் அருகிலிருந்த கிளாஸில் இருந்த தண்ணீரைக் குடித்து நிதானித்தபடி என்னைப் பார்த்து 'உனக்கு எனது இந்தக் கதையைக் கேட்கச் சிலவேளை சிரிப்பாக இருக்கும், இல்லையா' என்றாள்.

'எந்த முதல் காதலானாலும் அது பெரும் பரவசத்தைத் தருகின்ற ஒன்று. என்னால் நீங்கள் சொல்வதை ஓரளவு உணரமுடிகிறது' என்றேன்.

3

இப்படி ஒருநாள் ஆட்டோகிராப்போடு பாடசாலைக்குப் போனபோது ஒரு தோழி எனக்குத் தெரியாமல் அதை எடுத்து புரட்டிப் பார்த்துக்கொண்டிருந்திருக்கின்றாள். எங்களுக்குப் படிப்பிக்கும் ஆசிரியர் அதைக் கண்டுபிடித்து எடுத்துக்கொண்டு போய்விட்டார். நான் வகுப்பில் நல்லாய்ப் படிக்கும் மாணவி என்பதால் அந்த ஆசிரியருக்கு என்மேல் மிகுந்த அக்கறை. அத்துடன் இயக்கத்துக்குப்போன இவனின் சித்தப்பா முறையானவர் அவர்.

நான் ஸ்டாஃப் ரூமுக்குப் போய், 'சேர் அந்த ஆட்டோகிராப்பைத் தயவுசெய்து தாருங்கள்' என கெஞ்சிக் கேட்டேன். என்னைத் தனியே ஓரிடத்துக்கு அழைத்துச் சென்று, 'நீ நல்லாய்ப் படிக்கிற பிள்ளை, இப்போதே இந்தக் காதல் கீதல் என்று ஒன்றுக்குள்ளும் சிக்கிவிடாதே' என்று ஒரு நீண்ட அறிவுரையைத் தந்தார். 'சேர் நீங்கள் சொல்கிறதை எல்லாம் நான் கேட்டுக்கொள்கிறேன். ஆனால் அந்த ஆட்டோகிராப்பை மட்டும் தாங்கோ. இதுதான் என்னையும் அவனையும் இணைக்கின்ற ஒரேயொரு பொருள். அதுவும் இல்லாவிட்டால் என்னால் தாங்கமுடியாது' என்று திரும்பத் திரும்பக் கேட்டும், அவர் 'நீ படிக்கின்ற வேலையை மட்டும் பார்' என்று கடுங்குரலில் கூறிவிட்டு, பிறகு அதை ஒருபோதும் எனக்குத் திருப்பித் தரவே இல்லை.

நான் அன்றிரவும் வீட்டில் நீண்டநேரம் அழுதேன். அவன்தான் இயக்கத்துப் போய்விட்டான் என்றால், என்னோடு தினமும் மானசீகமாய் அவன் பேசிக்கொண்டிருந்த ஆட்டோகிராப்பையும் எடுத்துப் போய்விட்டனரே என்று நினைக்க, என்னால் தாங்க முடியாமல் இருந்தது. நானும் இயக்கத்துக்குப் போனால் என்ன என்று கொஞ்சநாட்களிலேயே எனக்குள் ஒரு சன்னதம் வரத்தொடங்கி விட்டது. தொடக்கத்தில் இயக்கத்துக்குப் போவதற்கே பயந்த நான், இயக்கத்தில் போய்ச் சேருவதற்குத் தயாரானதை இப்போது நினைத்தாலும் ஆச்சரியந்தான்.

பாடசாலைக்குப் பக்கத்தில் இருந்த இயக்க அக்காமாரின் முகாமிற்கு, ஸ்கூல் யூனிபோர்மோடே இயக்கத்தில் சேர்வதற்காய்ப் போய்விட்டேன். அங்கே இருந்த அக்காமார் என் வீடு, என்

குடும்பம் எல்லாம் விசாரித்துவிட்டு, தங்கச்சி உங்களுக்கு சின்னவயசு இப்போது இயக்கத்தில் சேர்க்கமுடியாது என்று சொல்லிவிட்டார்கள். இல்லை நான் இனி வீட்டுக்குத் திரும்பப் போகமுடியாது என்று அடம்பிடிக்க அந்த முகாமுக்குப் பொறுப்பானவர் வெளியே வந்து, நடந்த விபரத்தைக் கேட்டுவிட்டு 'சரி கொஞ்சம் வளர்ந்த பிறகும் இயக்கத்தில் சேரவேண்டுமென நினைத்தால் வாருங்கள், இப்போது சேர்க்கமாட்டோம்' என்று அவரும் கறாராகக் கூறிவிட்டார்.

இப்படித் தன் கதையைச் சொல்லிவிட்டுச் சட்டென்று மௌனத்துக்குப் போய்விட்டாள். ஏதோ கடும் துயர் தாக்க, தொடர்ந்து சொல்லக் கஷ்டப்படுகின்றாரோ என்று நினைத்து, 'சரி, இன்னொருநாள் மிகுதிக்கதையைச் சொல்லுங்கள்' என்றேன்.

அப்படி இல்லை என்று பெருமூச்செறிந்தாள். திரும்பவும் அமைதிக்குள் மூழ்கி, நீருக்குள் அமிழ்ந்த பறவை சிறகை உதறித்தள்ளுவதைப் போன்று ஒருமுறை தோளைக் குலுக்கி 'இப்படி ஒருபொழுது இயக்கத்தில் சேர வீம்பாய் நின்ற நான், பின்னர் முள்ளிவாய்க்கால் இறுதிக்காலத்தில் இயக்கம் ஆட்களைத் தேடித்தேடிக் களமுனைக்கு வலுக்கட்டாயாமாகப் பிடித்துக்கொண்டு போக, ஓடி ஒளித்துப் பதுங்கியெல்லாம் இருக்கின்றேன், விசித்திரமான காலம்' என்றாள்.

எனக்கு என்ன சொல்வதென்றும் தெரியவில்லை. மௌனமாக இருப்பதைத் தவிர வேறொரு வழியும் எனக்குப் புலப்படவில்லை. நான் எமக்குத் தரப்பட்டிருந்த குளிர்தண்ணீரை எடுத்துச் சற்றுக் குடித்து என்னை நிதானமாக்கிக் கொண்டேன்.

4

அதிசயமாக அவன் ரெயினிங் எடுத்துவிட்டு அவனது வீட்டுக்கு ஏழெட்டு மாதங்களுக்குப் பிறகு திரும்பி வந்தான். அவன் வீட்டுக்கு வந்துவிட்டான் என்று செய்தி தெரிந்தவுடன் எனக்கு இருப்புக் கொள்ளவில்லை. இயக்கத்துக்குப் போனாலே அவர்களை உயிருடன் திரும்பிப் பார்க்கவேமுடியாது என்ற நெருக்கடியான சூழ்நிலைக்குள், எனக்குக் காதலை உருகியுருகி எழுதிய ஒருவன் திரும்பி வந்தால், எவ்வளவு சந்தோசமாக இருக்கும். ஏதோ சிறகுகள் எனக்கு வளர்ந்ததுபோலவும், எங்கள் வயல்காணிகளினூடாக மைனாக்கள் கரைய, மயில்கள் தோகை விரித்து அகவ, நான் அவனுடன் சந்தோசமாகப் பறப்பது போலவும் உணர்ந்தேன்.

இரண்டு நாட்களுக்குப் பிறகு அவன் எங்கள் பாடசாலைக்கு வந்திருந்தான். என்னை வந்து சந்திக்கப்போகின்றான், நான் அவனின் காதலுக்கு முழுச் சம்மதம் சொல்லவேண்டும் என்ற விதிர்விதிர்ப்புடன் அவனுக்காய்க் காத்துக்கொண்டிருந்தேன். ஆனால் அவன் என் பக்கமே வரவில்லை. பாடசாலையில் இருந்த மற்ற ஆட்களோடு கதைத்துக்கொண்டிருந்த அவன் என்னோடு பேசவே இல்லை. நான் ஒருமுறை அவன் பெயரைக் கூப்பிட்டபடி அருகில் போனபோதும் 'என்னோடு பேசாதே, நீ என் சித்தப்பாவிடம் சொன்னது எல்லாம் எனக்குத் தெரியும்' என்று இதுவரை நான் அறிந்திராத கடுங்குரலில் அவன் சொல்ல எனக்குப் பெரும் அதிர்ச்சியாக அது இருந்தது.

நான் திரும்பி என் வகுப்புக்குள் போய்விட்டேன். எங்கள் ஆசிரியரான அவனின் சித்தப்பாதான் வேறொருமாதிரி கதையை அவனுக்குச் சொல்லி என்னிடமிருந்து அவனைத் தூரவிலகும் படியாகச் செய்துவிட்டார் என்பதைப் பின்னர் அறிந்தேன். நான் தான் ஆட்டோகிராப்பை வேண்டுமென்று அவரிடம் கொண்டுபோய்க் கொடுத்ததாய் ஒரு கதையை உருவாக்கி, அவனிடம் இல்லாததும் பொல்லாததுமாய் என்னைப் பற்றிச் சொல்லியிருக்கின்றார். அதற்குப் பிறகு நான் அவனோடு பேசவே இல்லை. கொஞ்சநாட்களில் விடுமுறை முடிந்து இயக்க முகாமுக்குப் போய்விட்டான். ஆனால் என்னால் அவனின் சித்தப்பாவை அதற்குப் பிறகு மன்னிக்க முடியவே இல்லை.

இப்படி அவளின் கதையைக் கேட்டுக்கொண்டிருந்த நான், 'இடையில் குறுக்கிடுவதற்கு மன்னிக்கவும். ஏன் நீங்கள் உங்கள் நிலையை, உண்மையில் நடந்தவற்றை அவனுக்குச் சொல்ல முயற்சிக்கவில்லை' எனக் கேட்டேன்.

'எனக்கு அன்றைக்கு அப்படி எதுவுமே தோன்றவில்லை. அவ்வளவு நேசத்துடன் அவனுக்காய்க் காத்திருந்த என்னை இப்படி எதுவும் கதைக்காமல் உதாசீனப்படுத்தியதே பேரிடியாக இருந்தபோது வேறு எதையும் நிதானமாக யோசிக்க முடியவில்லை' என்றாள்.

'உண்மைதான். சிலவேளைகளில் சிலவற்றுக்குக் காரணங்களே இல்லாததுபோல, எல்லாம் முடிந்தபின் இப்படிச் செய்திருக்கலாம் என்று பிறகுதான் ஆறுதலாய் இருந்து பார்க்கும்போது யோசிக்க முடிகிறது. ஆனால் ஒரு சம்பவம் நடக்கும்போது அப்படி எல்லாக் கோணங்களிலும் சிந்திக்கமுடிவதில்லை' என்று ஏதோ என் வாழ்வில் நிகழ்ந்த ஒரு சம்பவத்தோடு இணைத்து இதைச் சொன்னேன்.

'இப்படிச் செய்தது கூடப் பரவாயில்லை. திரும்பப் போர்க்களத்துக்குப் போவதற்குமுன், ஒருநாள் மாலை சைக்கிளில், அவன் தனது மச்சாளை ஏற்றிக்கொண்டு வந்ததைத்தான் என்னால் மறக்கவோ மன்னிக்கவோ முடியவில்லை. என்னை நேசிப்பதாய்ச் சொல்கின்றவன், இப்படிச் செய்தால் பிறகு எப்படி அவனைக் காதலிக்கமுடியும்?'

'அன்று எனக்கு கூடைப்பந்தாட்டப் போட்டி ஒன்றும் இருந்தது. இந்தக் காட்சியைப் பார்த்தபின் அன்றைக்கு முக்கியமான ஆட்டமாக இருந்தபோதும் நான் அந்த மாட்சில் விளையாடவே இல்லை. ஏனென்றால் அந்த அளவுக்கு நான் உடைந்துபோயிருந்தேன். அவனுக்கும் எனக்குமான பெரும் விரிசல் அன்றுதான் நிகழ்ந்திருக்க வேண்டும். நான் தேவையில்லை என்றுதானே அவனின் மச்சாளை சைக்கிளில் ஏற்றிக்கொண்டுவந்து எனக்கு வேண்டுமென்று காட்டியிருக்கின்றான்.'

'இருக்கலாம். ஆனால் அவனுக்கு வேறு ஏதோ காரணம் சிலவேளைகளில் இருந்திருக்கலாம். இல்லாவிட்டால் எதையாவது உங்களுக்கு சூட்சுமமாகப் புரிய வைக்க முயன்றிருக்கலாம்.'

'என்ன சொல்கிறாய் நீ'

'சிலவேளை மரணம் என்பது அருகில் நெருங்கி நிற்கும்போது உங்களைக் காக்க வைக்கக்கூடாது என்கின்ற ஒருவகைப் பிரியத்தால் கூட உங்களிடமிருந்து விலத்திப் போக இப்படி ஏதாவது அவன் செய்திருக்கலாம்' என்றேன்.

'யுத்தம் என்பது மட்டுமில்லை வாழ்க்கை கூட ஒரு சினிமாப்படம் இல்லை. நிறுத்தி நிதானித்து, விரும்பியபோது பார்ப்பதற்கும், ஆராய்வதற்கும்' என என் விழிகளை ஆழ ஊடுருவிப் பார்த்தபடி சொன்னாள்.

'வாழ்க்கை சினிமா இல்லைதான். ஆனாலும் நாங்கள் சினிமாவினூடும் வாழ்க்கையைக் கற்றுக்கொள்கின்றவர்கள். எதை யோசிக்கின்றோமோ அதுவாக ஆகின்றோம் எனப் புத்தர் சொல்கின்றமாதிரி, நாம் எதைக் கூடப் பார்க்கின்றோம், எதைக் கூடக் கதைக்கின்றோமோ அதுகூட எம்மையறியாமல் பாதிப்புச் செய்யலாம் அல்லவா' என்றேன்.

'நீ அவனின் உள்ளம் எல்லாம் அறிந்தவன் மாதிரிக் கதைக்கின்றாய்.'

'அப்படி இல்லை. எதையும் தெளிவாக அதுவும் யுத்த காலத்தில் சொல்லமுடியாது என்பதைத்தான் உணர்த்த விழைகிறேன்.'

5

இப்படியெல்லாம் செய்துவிட்டுப் போனவனை, பிறகு இன்னொருமுறை தற்செயலாகச் சந்திக்கவேண்டி வந்தது. நான் ஒருநாள் கிளிநொச்சியிலிருந்து முல்லைத்தீவுக்கு பஸ்சில் போய்க்கொண்டிருந்தேன். சட்டென்று ஒருவன் பஸ்ஸில் ஏறுவதைக் கண்டேன். அவனேதான். இயக்கவேலைக்காய் ஏதோ அந்தப் பக்கமாய் வந்திருக்கின்றான். என்னைக் கண்டவுடன் பஸ்ஸூக்குள் ஏறியிருக்கின்றான். ஆனால் கிட்டவந்து என்னோடு எதுவும்

பேசவே இல்லை. தூரத்தில் இருந்து அவனை நானும் பார்த்துக்கொண்டிருந்தேன். அந்தக் கண்களில் தெரிந்தது பரிவா, காதலா எதுவென்றே ஊகித்தறியமுடியாதிருந்தது.

நானும் அவன் தனது மச்சாளை சைக்கிள் ஏற்றிவந்து எனக்குக் காட்டியதில் இருந்து அவன் மீது பெருங் கோபத்துடன் இருந்தேன். எனவே அவனைப் பார்த்துச் சிரிக்காமல்தான் இருந்தேன். இப்படி எனக்காய் பஸ்ஸுக்குள் ஏறியவன் என்னிடம் வந்து இரண்டு வார்த்தை கதைப்பதில் என்ன கெட்டுவிடப் போகின்றது. ஆனால் அன்றும் ஒன்றுமே பேசாமல்தான் அவன் இருந்தான். பிறகு நான்கைந்து பஸ் ஸ்டொப்புக்களுக்குப் பிறகு தானாகவே இறங்கிப் போனான்.

'இது ஒரு கனவு போல இருக்கிறது. உங்களுக்குச் சரியாகத் தெரியுமா அது அவன்தானென்று. அவனின் நினைப்பில் நீங்கள் இருந்ததால் அப்படி ஒரு நினைப்பு வேறு எவரையும் பார்த்து வந்திருக்கவும் கூடும்' என்று நான் குறுக்கிட்டேன்.

'இதென்ன விழல் கதை. அவனை எனக்கு நன்கு தெரியும். அதிலும் அவன் சின்ன வயசில் இருக்கும்போது துப்பாக்கிச் சன்னம் உரஞ்சிப்போன காயமென்று பின்னங்கழுத்தில் வடுவாக இருப்பதைக் காட்டியிருகின்றான். அவன் இறங்கிப்போனபோது நான் திரும்பிப் பார்க்கையில் அந்தக் கறுப்புத் தடம் தெளிவாகத் தெரிந்தது.'

6

இறுதியில் எல்லாமே முள்ளிவாய்க்காலுக்குள் முடக்கப்பட்டுக் கொண்டிருந்த காலம். உனக்குத் தெரியுந்தானே மே 18ந் திகதி அனைத்துமே முடிவுக்கு வந்துவிட்டன. நானும் எங்கள் குடும்பமும் மே 17 வரை இயக்கத்தின் கட்டுப்பாட்டுப் பகுதிக்குள்தான் நின்றோம். இப்போதும் சரியாக ஞாபகமிருக்கின்றது. மே 17 காலை நாங்கள் நின்ற பகுதிக்கு ஒரு பஜீரோ உறுமலோடு வந்து நின்றது. நீ நம்பமாட்டாய். அவனேதான். ஓர் அதிசயம் போலத்தான் அது நிகழ்ந்தது.

எங்கையோ என்னைப் பற்றி விசாரித்து எங்கள் இடத்தைக் கண்டுபிடித்திருக்கின்றான். இப்போது அவன் மீது எனக்கு எந்தக் கோபமும் இருக்கவில்லை. அவன் உயிரோடு இருப்பதே பேரதிசயந்தான். வந்தவன் இரண்டே இரண்டு வார்த்தைகள்தான் சொன்னான்.

'நீ இங்கையே இப்படியே இரு. எல்லாமே முடிந்துவிட்டது. ஆயுதங்களைக் கீழே போட்டு நாம் விரும்பியமாதிரி முடிவுகளை எடுக்க இயக்கம் எங்களுக்குச் சொல்லிவிட்டது. நான் மத்தியானம் போல வருவேன். நாங்கள் சேர்ந்து ஆமியின் பக்கம் போவோம்.'

அவ்வளவுதான் அவன் சொன்னது. அதற்குள் அவன் கையில் வைத்திருந்த வோக்கி அழைக்கத் தொடங்கிவிட்டது. என்னைச் சிலநொடிகள் உற்றுப்பார்த்தான். அந்தக் கண்களில் எவ்வளவு காதல் இருந்தது. பிறகு திரும்பிக்கூடப் பார்க்காது அவன் போய்விட்டான். போயேவிட்டான்.

சட்டென்று அவளது கண்களில் இருந்து நீர் பொலபொலவென்று கொட்டத் தொடங்கியது. போரின் எத்தனை எத்தனை நினைவுகள் அவளுக்குள் பெருக்கெடுத்து ஓடத்தொடங்கியதோ? அதில் நேசம் கொண்ட அவன் மீதான நினைவுகளும் நிச்சயம் கலந்திருக்கும்.

அழாதீர்கள் என்று சொல்வது இந்த இடத்தில் அநாகரிகமாகவே இருக்கும். அவளின் கையை எடுத்து ஆறுதலாகத் தடவிவிட்டேன். பக்கத்திலிருந்து நாப்கினை எடுத்துக் கண்களைத் துடைக்கக் கொடுத்தேன்.

கொஞ்ச நேர அவகாசமெடுத்துவிட்டு, 'அதுதான் அவனை நான் இறுதியாகப் பார்த்தது. நான் மணித்தியாலக் கணக்காய் அவனுக்காய்க் காத்திருந்தேன். அடுத்தநாள் ஆமியின் பகுதிக்குள் நாங்கள் நுழைந்தோம். அப்படிக் கூடச் சொல்லமுடியாது. இனி இயக்கத்துக்கு என்று ஓர் அங்குலம்கூடச் சொந்தமில்லாத ஒரு காலத்துக்கு நாங்கள் வந்திருந்தோம். அவன் வரவே இல்லை. ஆனால் என்னோடு கூடவே ஆமியின் பக்கம் வருகின்றேன் என்று சொன்னவன், எனக்காய் என்றைக்குமாய்க் காத்திரு என்று மட்டும் சொல்லவே இல்லை. இன்னும் புரியாது இருப்பது அந்த ஒன்றே ஒன்றுதான்.'

‘என்ன?’

‘இரத்தத்தில் காதலைச் சொல்லிக் காட்டிவிட்டுப் போன பிறகு நாங்கள் சந்தித்த அரிய மூன்று பொழுதுகளில் ஒருபோது கூட அவனுக்காய் என்னைக் காத்திருக்கச் சொல்லவே இல்லை. இயக்கத்துக்குப் போய்விட்டு முதன்முறை விடுமுறைக்கு வந்தபோது என்னோடு பேசாமலே முகத்தைத் திரும்பினான். இரண்டாவதுமுறை முல்லைத்தீவு பஸ்சில் ஏறியபோது கூட ஒற்றைச்சொல் என்னோடு பேசவில்லை. கடைசியாய் மே17 காலை சந்திக்கும்போது என்னோடு கூட வருகின்றேன் என்று சொன்னானே தவிர, எனக்காய் என்றைக்குமாய்க் காத்திரு என்று சொல்லவே இல்லை. அந்தளவுக்கு என்னைப் புரிந்து வைத்திருந்திருக்கின்றான் போலும். என் வாழ்க்கையின் மீது அவ்வளவு அக்கறை இருந்தால்தானே ஒருவன் இப்படிச் சொற்களை வெளிப்படுத்துவதில் கூட கவனமாக இருந்திருப்பான்.’

‘உண்மைதான். உங்களை அறியாமலே அவனோ அல்லது நம்மால் உணர்ந்துணர முடியா ஏதோ சக்தியோ இப்படிச் செய்திருக்கலாம். இவ்வாறு எதன் மீதோ பாரத்தைப் போடாதுவிடின் நாம் நம் துயரங்களிலிருந்து தப்பித்துப் போகவேமுடியாது.’

‘முள்ளிவாய்க்கால் முடிந்தபின், பல மாதங்கள் முள்வேலிச் சிறைக்குள் சிறைப்பட்டு வெளியே வந்தபோது ஒருநாள் அவனின் தாயாரைச் சந்தித்திருக்கின்றேன். அவர்களுக்கு இன்னும் மகன் எங்கோ உயிருடன் இருக்கின்றான் என்றுதான் நம்பிக்கை. வலிந்து காணாமல் ஆக்கப்பட்ட பல்லாயிரக்கணக்கானவர்களில் அவனும் ஒருவன் எனத்தான் அவனின் தாயார் நினைக்கின்றார். அவனோடு கதைத்த கடைசி ஆள் நானாகத்தான் இருக்கவேண்டும்.’

‘எவ்வளவோ மாதங்களுக்குப் பிறகு, யுத்தம் முடிவதற்கு முதல் நாளான மே 17 இல் இப்படி வந்து அவன் உங்களை சந்தித்தற்குக் கூட நம்மால் பகுத்தறிந்து கொள்ளமுடியா ஏதேனும் ஒரு காரணம் இருந்திருக்கலாம்.’

‘அவ்வளவு தூரம் என்னைத் தேடி வந்தவன். ஓரிரு வார்த்தைகள் மட்டுந்தான் சொல்லிவிட்டுப் போனான் என்பதைவிட, அவ்வளவு காலம் இருந்துவிட்டு யுத்தம் முடிகின்ற கடைசிநாள் அன்று என்னை ஏன் தேடிவந்தான் என்பதுதான் பெரும் ஆச்சரியமாக இருக்கிறது.’

‘அவனது ஆன்மா இறுதியில் உங்களைப் பார்க்க ஆசைப்பட்டிருக்கலாம். சேர்ந்து வாழ முடியாதுவிட்டாலும் இறுதியாய்ச் சந்திக்க இந்த இயற்கை உங்கள் இருவருக்கும் சந்தர்ப்பம் வழங்கியிருக்கின்றது. அப்படித்தான் இவ்வாறான விடயங்களில் நாங்கள் ஆறுதல் கொள்ளமுடியும். இல்லாவிட்டால் பைத்தியமாவதைத்தவிர நமக்கு வேறு வழியில்லை.’

‘எனக்கு அவனது அம்மாவைப் போல, அவன் இப்போது எங்கேயாவது உயிரோடு இருப்பான் என்பதில் நம்பிக்கை இல்லை. அவனுக்கு என்னைச் சந்தித்த மே 17 இற்கும், யுத்தம் முடிந்த மே 18இற்கும் இடையில் ஏதோ நடந்திருக்கும். ’

‘இந்தப் போரில் எல்லாமே நடக்கச் சாத்தியமிருக்கின்றது.’

‘என்னைத் தேடி வந்து திரும்பிப்போகும்போதுதான் அவனுக்கு ஏதும் நடந்திருக்குமோ என்று நினைக்க வரும் துயரைத்தான் என்னால் தாங்கமுடியாது இருக்கின்றது. அவ்வளவு காலமும் உயிரோடு இருந்தவன், ஒரேயொரு நாள் அந்தக் கடைசிநாள் சாகாமல் தப்பியிருந்தால் இப்போது அவனோடு நான் வாழ்ந்து கொண்டிருந்திருப்பேன்.’

‘அப்படி நினைத்து ஏங்கினால் நம் வாழ்வு வீணாகிவிடும். அவன் உங்கள் மேல் கொண்ட நேசத்துக்குக் கூட மதிப்பில்லாது போய்விடும்.’

‘அவன் இறுதியாய்ச் சந்தித்தபோது, எனக்காய்க் காத்திரு என்று ஒற்றை வார்த்தை சொல்லியிருந்தால் நான் இப்போதுகூட அவனுக்காய்க் காத்திருந்திருப்பேன்.’

‘ஆனால் அப்படிச் சொல்லி நீங்கள் காத்திருப்பின் உங்கள் வாழ்வு பிறகு கானலாகிவிடும்.’

‘அது கூட அவனுக்கு நன்கு தெரிந்திருக்கும்போலும். அப்படிச் சொல்லிவிட்டால் நான் அவன் சொற்களில் உறுதியாய் இருந்திருப்பேன் என்றுதான் அவன் அதைச் சொல்லவில்லையோ தெரியாது.’

‘உங்களை நன்றாக அறிந்து ஒருவன் அவன் என்பதைத்தவிர வேறொன்றும் நான் சொல்வதற்கு இல்லை.’

7

'இப்படி முள்ளிவாய்க்காலில் யுத்தம் முடிவுக்கு வந்து, மூன்று வருடங்களுக்குப் பிறகு அவனது ஒரு நண்பனைத் தற்செயலாய்ச் சந்தித்தேன். அவனும், இவனுந்தான் கடைசி நேரத்தில் களமுனைகளில் பல இடங்களில் ஒன்றாகச் சேர்ந்து நின்றிருக்கின்றனர். அவனின் நண்பன் சொன்னதைத்தான் என்னால் இன்னும் நம்பமுடியாது இருக்கின்றது. அவ்வாறான பொழுதுகளில் அவனது காற்சட்டைக்குள் எனது புகைப்படம் ஒன்று இருந்ததாம். அடிக்கடி அதை எடுத்துப் பார்த்து பார்த்து அழுவானாம். இவன் என்ன காரணம் என்று கேட்கும்போதெல்லாம் ஒன்றுமில்லையெனக் கண்ணைத் துடைத்துவிட்டுப் போய்விடுவானாம். பார், இப்படி என் மீது எவ்வளவு காதல் வைத்திருக்கின்றான்.'

'நமது இந்த யுத்தம் எதைத்தான் எமக்கு மிச்சம் வைத்திருக்கின்றது. ஞாபகங்களாய் விட்டுவைத்திருப்பதெல்லாம் கொடும் நினைவுகளைத் தவிர வேறொன்றுமில்லை.'

'அவன் கள்ளன். எனக்குச் சொல்லாமல் கடைசிவரை என்னை அவ்வளவு காதலித்திருக்கின்றான்.'

'உண்மையான நேசம் எப்படியோ எவரினூடாகக் கடத்தப்பட்டு உயிர்ப்புடந்தான் இருக்கும். அவன் இருக்கின்றானோ இல்லையோ, அவனின் காதலினூடாக நீங்கள் என்றென்றைக்குமாய் அவனை நினைவு கூருவீர்கள்.'

பிறகு நாங்களிருவரும் வேறு எதையெதையோ எல்லாம் கொஞ்சம் நேரம் கதைத்துவிட்டுப் பிரிவதற்கு ஆயத்தமானோம். அவளுக்கு அடுத்தநாள் கொழும்பிலிருந்து சொந்த ஊருக்குப் போவதாய்த் திட்டம் இருந்தது. அதன்பிறகு சில வாரங்களின் பின்தான் கொழும்புக்குத் திரும்புவாள் எனச் சொன்னாள். அவள் திரும்பும் காலத்துக்கிடையில் நான் கனடாவுக்கு விமானம் ஏறவேண்டியிருந்தது.

என்னோடு உங்களின் இந்தக் கதையைப் பகிர்ந்தமைக்கு நன்றி எனச் சொல்லி எழுந்தபோது, என்னருகில் வந்து அணைத்து விடைதந்தாள்.

இளங்கோ | 53

அணைத்த அந்தப்பொழுது, பக்கத்தில் யாரேனும் இருக்கின்றார்களா எனப் பார்த்துவிட்டு, என் காதுகளுக்கு மட்டுமே கேட்கக்கூடியதாக, 'இயக்கத்தில் இருக்கும் எல்லோரும் கடைசிநேரத்தில் புலிகளின் தாகம் தமிழீழத் தாயகம் என்று சொல்லித்தான் சாவார்கள். ஆனால் எனக்குத் தெளிவாகத்தெரியும், அவன் இறுதியில் என் பெயரை அழுத்தமாக உச்சரித்துத்தான் இறந்திருப்பான்.'

அப்போது அவளின் ஒரு கண்ணீர்த்துளி வெம்மையாக என் தோளில் விழுந்து முதுகில் வழுக்கியோடியது.

அந்தத் துளியின் தாங்கமுடியாக் கனத்திலும், வெம்மையிலும் அவன் இன்னமும் உயிரோடு இருந்தான்.

★

(அம்ருதா, 2021)

கௌரி

'ஒரு துரோகிக்குப் பாடம் கற்பிக்கும்போது நாங்கள் ஓராயிரம் துரோகிகள் வளர்வதைத் தடுக்கின்றோம்' என்ற குரல் எல்லாவற்றையும் கலைத்துப்போனது. அதுவரை, சாணி மெழுகிய குசினிக்குள் அம்மா கம்பிக்குழாயால் அடுப்பை ஊதிக்கொண்டிருக்க, இவன் கள்ளிச்செடிகளுக்குள் நுழைந்து கோழிகளைத் துரத்திக் கொண்டிருந்தான். அடர்த்தியாய் வளர்ந்திருந்த எக்ஸோராவில் சிறு குருவிகள் வந்து அமர்ந்திருக்க, முற்றத்து மல்லிகைப் பந்தலில் மல்லிகை வாசமும் வந்துகொண்டிருந்தது. திடீரென்று சிவப்பும் வெள்ளையுமான *Half Saree* அணிந்த பெண், 'ஒரு துரோகிக்குப் பாடம் கற்பித்தல்' என்கின்ற வாக்கியத்தை நடுக்கத்துடன் சொன்ன கணத்தில்தான் அதுவரை இவன் கண்டுகொண்டிருந்த அழகிய ஊர்க்கனவு சட்டென மறைந்துபோனது.

அன்று பாடசாலை வலயமட்டத்தில் நடக்கும் தமிழ்த்தினப் போட்டிகள் இவனது பாடசாலையில் நிகழ்ந்துகொண்டிருந்தன. பல்வேறு பாடசாலையைச் சார்ந்தவர்கள் அங்கு வந்து குழுமியிருந்தார்கள். இது தாங்கள் படிக்கும் பாடசாலை என்ற இறுமாப்போடு, மற்ற பாடசாலை மாணவிகளின் பின்னால், இவனும் இவனது நண்பர்களும் சுழற்றிக்கொண்டு திரிந்தார்கள். என்னதான் ஹீரோத்தனம் காட்டினாலும், நாளை இவர்கள் தங்களிடம் வந்துதானே சேரவேண்டும் என்கின்ற எகத்தாளப் பார்வையோடு இவனது பாடசாலை மாணவிகள் இவர்களின் அலட்டல்களைப் பார்த்துக்கொண்டிருந்தார்கள்.

கௌரி நன்றாக நடனம் ஆடக்கூடியவள். கௌரிக்கு இவன் மீது ஈர்ப்பிருந்ததோ தெரியாது, ஆனால் இவனுக்குக் கௌரி மீது விருப்பிருந்தது. அன்று நடந்த நிகழ்வில் எல்லாப் பாடசாலைகளையும்

விஞ்சி நடனத்தில் முதலாவதாய் வந்திருந்தாள். இவனது நண்பர்கள் இதற்கு ட்ரீட் தரச்சொல்லி நச்சரித்துக் கொண்டிருந்தார்கள். இது போதாதென்று இன்னும் கொஞ்சப் பொம்பிளைப் பிள்ளைகள், 'என்ன உம்மடை ஆள் வென்றிருக்கு, எங்களுக்கு ஒன்றுமே இல்லையா?' என்று கேட்டும் உசுப்பினார்கள். தன் காதலை இவ்வுலகிற்கு தெரிவிக்க இதைவிட அரிய தருணம் வராது என்று அறிந்திருந்தாலும், இவனின் கையில் இருந்த காசு நான்கைந்து பேருக்கே கன்ரீனில் தேநீரும் வடையும் வாங்கிக்கொடுக்கத்தான் போதுமாயிருந்தது. ஆகக்குறைந்தது இருபது பேருக்காவது வாங்கிக் கொடுத்தால்தான் ஒரு காதல் மகத்தான் காதலாக மாறும். அப்போதுதான் இவனோடு படிக்கும் நண்பனொருவன் நினைவுக்கு வந்தான். அவனது தாயும் தகப்பனும் ஆசிரியர்கள். தகப்பன் இவர்கள் படித்துக்கொண்டிருந்த பாடசாலையிலேயே கணிதம் படிப்பித்துக்கொண்டிருந்தார்.

அவனிடம் போய், 'நாளைக்கு என்னுடையதும் கௌரியினதும் காதல் வெற்றிபெற்று எங்களுக்கு ஆண்குழந்தை பிறந்தால் உன்னுடைய பெயரையே வைக்கின்றேன். ஆனால் நீ இப்ப நான் ட்ரீட் கொடுக்க கொஞ்சக் காசை உன் அப்பாவிடம் வாங்கித்தா' எனக் கெஞ்சினான். 'ஏற்கெனவே உன்னோடு திரிந்தே என் பெயர் நாறடிச்சுப் போச்சுது, இதற்குள் உன்ரை பிள்ளைக்கும் என் பெயரை வைச்சு ஏன்டா என்னை சித்திரவதை செய்யப்போகிறாய். நான் காசு அப்பரிட்டை வாங்கித் தாறன், ஆனால் உந்த பெயர் வைக்கின்ற விசர் வேலையை மட்டும் செய்திடாதே' என அவன் எச்சரித்தான்.

எல்லா நண்பர்களையும் கன்ரீனுக்கு அழைத்துச் சென்று கௌரியின் பெயரால் ஒரு விருந்து வைத்தான். கௌரியும் வந்திருந்தாள். ஆனால் அவள் முகத்தை நேருக்கு நேர் சந்திக்கும் தைரியம் இவனுக்கு வரவில்லை. இப்படி இவன் செய்து கொண்டிருப்பது அவளுக்குப் பிடிக்காவிட்டால் பிறகு தாங்கிக்கொள்ளவே முடியாது என்பதால் அவளை ஏறெடுத்துப் பார்ப்பதைத் தவிர்த்துக்கொண்டான். அந்த நேரத்தில் அங்கே வந்த உயர்தரம் படிப்பவர்கள், எதற்கு இந்த ஆர்ப்பாட்டம் என்று கேட்க, 'யாரால், யாருக்கு, எந்தச் சந்தர்ப்பத்தில்...' என தமிழ் இலக்கிய வகுப்பில் கேட்கப்படும் கேள்விக்குப் பதில் சொல்வதுமாதிரி யாரோ

காரணத்தைச் சொல்லியிருக்கின்றார்கள். 'பாரடா நாங்கள் இந்த வயதில் கூட ஒரு பெட்டையைப் பிடிக்க முடியவில்லை. இவங்களுக்குப் பதினாறு வயதிலே காதல் வேண்டிக் கிடக்கிறது' எனச் சலித்துக்கொண்டு அவர்கள் அவ்விடத்தை விட்டு நீங்கியிருந்தார்கள்.

விருந்து முடிந்து எல்லோரும் விடைபெற்ற போது 'உன்னோடு கொஞ்சம் கதைக்க வேணும், கொத்தனாவத்தைக் கிணற்றடி ஒழுங்கையில் வந்து சந்தி' எனக் கௌரி யாருக்கும் தெரியாமல் சொல்லிவிட்டு நகர்ந்தாள். எத்தனையோ இடங்களிருக்க இவளேன் ஒரு கிணற்றடியில் வந்து தன்னைச் சந்திக்கச் சொல்கிறாள் என இவனுக்குக் கொஞ்சம் பதற்றம் வரத் தொடங்கியது. கிணற்றடியில் வைத்து எல்லாவற்றுக்கும் சமாதி கட்டப்போகிறாளாக்குமென நினைத்தபடி 'ஹீரோ' சைக்கிளை உழக்கத் தொடங்கினான்

கௌரி தன் லுமாலா லேடீஸ் சைக்கிளை ஸ்ராண்ட் போட்டு நிறுத்திவிட்டு, அருகிலிருந்த பலாமரத்தின் இலைகள் காற்றில் அசைந்து அசைந்து கிணற்றுக்குள் விழுவதைப் பார்த்துக் கொண்டிருந்தாள். நடனம் ஆடியதாலோ அல்லது சைக்கிள் உழக்கியதாலோ தெரியவில்லை, அவளது உள்ளாடையை மீறி முதுகு வேர்த்திருப்பது நன்கு தெரிந்தது. விரல்களில் பூசியிருந்த வர்ணப்பூச்சும், கால்களில் நடனத்திற்காய் அணிந்திருந்த கொலுசும், இன்னமும் முழுமையாய் அகற்றப்படாத முகத்து ஒப்பனையும் இவன் இதுவரை பார்த்திராத புதிய கௌரியைக் காட்டிக் கொண்டிருந்தது.

இவன் வந்ததைக் கண்டதுமே 'நீ இப்படியெல்லாம் செய்வது சரியா?' எனக் கேட்டாள்.

சைக்கிளில் இருந்தபடி நிலத்தில் ஊன்றிய தன் காலைப் பார்ப்பதுபோல இவன் தலையைக் குனிந்தான்.

'எல்லோருக்கும் வெளிச்சம் போட்டுக் காட்டினால் காதல் வந்துவிடும் என்று நினைக்கிறியா?' மேலும் அவள் தொடர்ந்தாள்

இந்த ஒழுங்கைக்குள் இவள் வரச்சொன்னது தன்னை உருட்டிப் பிரட்டி எடுப்பதற்குத்தான் என்று இப்போது இவனுக்கு நன்கு விளங்கியிருந்தது.

‘எங்கள் அப்பாவிற்குத் தெரிந்தால் என்ன செய்வார் என்று தெரியுமா?’

நாசமாய்ப் போச்சு, இவள் என்னை உண்மையாகவே இரண்டு தட்டுத்தட்டாமல் விடமாட்டாள் போலிருக்கிறது எனக் கொஞ்சம் கலக்கம் இவனுக்குள் எட்டிப் பார்த்தது. யாராவது வாத்திமார் வந்தால் அவர்களுக்காய் சைக்கிளை விட்டு இறங்கி மரியாதை கொடுப்பதுபோல, இப்போது இவன் சைக்கிளை விட்டிறங்கி அடக்கமாய் நின்றான். வாத்திமார் ஏதாவது வெளியில் குழப்படி செய்தால் கூட, வகுப்பறைக்குள் நான்கு சுவருக்குள் வைத்து எவருக்குந் தெரியாமல்தான் இரண்டு சாத்து சாத்துவார்கள். இவள் கதைக்கும் தொனியைப் பார்த்தால் இனி வெளியில் கூட நிம்மதியாய்த் திரியமுடியாது போலிருக்கிறதே என்ற கலக்கந்தான் இவனுக்கு வந்தது.

இப்படிக் கேள்விகள் மேல் கேள்விகளைக் கேட்டுக்கொண்டு அருகில் வந்தவள், இவன் கரத்தைப் பற்றியபடி, 'எனக்கும் உன்னைப் பிடித்திருக்கிறதுதான், ஆனால் இப்படி எல்லோருக்கும் பறைசாற்றிக்கொண்டிருப்பதுதான் காதல் என்று நீ நினைத்துக் கொண்டிருந்தால் என்னிடம் வராதே' எனச் சொல்லிவிட்டு லுமாலாவை எடுத்து உழக்கத் தொடங்கினாள்.

இவனுக்கு எதையுமே நம்பமுடியாதிருந்தது. கொஞ்சநேரத்துக்கு முதல் 'உதை கொடுக்காமல் விடமாட்டேன் என அதட்டிக் கொண்டிருந்தவள், இப்போது உன்னைப் பிடித்திருக்கிறது' எனச் சொல்கிறாளே எனப் பித்தம் தலைக்கேறியது. மகிழ்ச்சியில் என்ன செய்வதென்றே தெரியவில்லை. அவளின் சைக்கிள் தரித்து நின்ற இடத்தின் மண்ணை, பழுத்து விழுந்திருந்த பலாவிலையில் எடுத்துச் சுருட்டிக் காற்சட்டைப் பொக்கற்றுக்குள் கோயில் விபூதி போலப் பத்திரமாய் வைத்துக்கொண்டான். இந்த மண் எங்களின் சொந்த மண் என்றுதானே இயக்கம் எல்லாம் துவக்குத் தூக்கிப் போராடுகிறது. அதுபோலத்தான் 'இந்த மண் என் காதலி மிதித்த மண்' என நினைத்துச் சற்றுச் சிலிர்த்தும் கொண்டான்.

கௌரியின் அப்பா ஊரில் மரக்காலையை வைத்திருந்ததால் பலரை அவருக்குத் தெரிந்திருந்தாலும், பன்னாலை வீதிச் சரிவுகளும், பூத்தோட்டம் வெள்ளவாய்க்காலும், விராங்கொடை

கல்லொழுங்கைகளும் இவர்களின் காதலை அரவணைத்துப் பாதுகாப்பளித்தது. ஒருநாள் பெருமாக்கடவைப் பிள்ளையார் கோயிலுக்குக் கூட்டிச்சென்று இவனுக்கும் தனக்கும் சேர்த்து கௌரி பூசை செய்வித்தாள். கோயிலின் முன்னே பரந்து விரிந்திருந்த வயல் மனோரதியமாய் இருந்ததென்றால் அவள் அணிந்திருந்த சிவப்பும் வெள்ளையுமான பாவாடையும் தாவணியும் வேறொரு கிறக்கத்தைத் தந்துகொண்டிருந்தது. அவ்வளவு சனமில்லாத மத்தியான வேளையில், கேணிப் படிக்கட்டில் அமர்ந்திருந்த கௌரி இவன் நெற்றியிலிருந்த திருநீற்றைத் திருத்துவதைப் போல தலையை விரல்களால் அளையத் தொடங்கினாள். இவனும் அவள் தாவணி காற்றில் பறக்காது தடுப்பதைப் போன்ற பாவனையில் அவள் இடுப்பை மெல்ல அணைத்தான். 'தீயெனினும் அது நீ தருவாயின் உண்ணத் தயார்' என்ற கிறக்க நிலையிலிருந்த அவள் இவன் தோள் மீது சாயத்தொடங்கினாள். இன்னோர் ஆன்மிகத் தரிசனத்தை இருவரும் மெல்ல மெல்லமாய்த் அனுபவிக்கத் தொடங்கினர்.

இயக்கங்களின் தலைமறைவுச் செயற்பாட்டை, இவன் தன் காதல் பிடிபட்டுவிடக்கூடாதென்பதற்காய்ப் பரிட்சித்தும் பார்த்தான். இரகசியமாய்ச் சந்திக்கும் இடங்களை அடிக்கடிச் சுழற்சி முறையில் மாற்றிக்கொண்டிருந்தான். ஒரு சின்ன தடயங்கூட ஒரு கெரில்லாப் போராளியைக் காட்டிக்கொடுத்து முழு இயக்கததையும் அழித்துவிடும் சாத்தியமிருப்பதைப் போல, தம் காதலின் தடயங்களை எவரும் கண்டுபிடிக்காதிருப்பதில் கவனமாயிருந்தான். ஒழுங்கைகளில் சந்தித்துக்கொண்டிருந்தாலும் அருகருகில் இவனும் கௌரியும் சைக்கிள்களை நிறுத்துவதில்லை. சந்திக்கும் இடம் தேர்ந்தெடுக்கப்பட்டபின், இவன் தன் சைக்கிளை எங்கோ தொலைவில் விட்டுவிட்டு வருவதைப் பழக்கமாக்கிக் கொண்டிருந்தான்.

ஊடலில்லாது ஒரு காதல் எப்படி வளரும்? ஊடலின் முடிவில் என்னவோ இன்பம் கிடைக்குமென நீதி நூலில் படித்திருந்தாலும், சந்திப்பதே ஒரு கெரில்லாத்தாக்குதல் போலிருக்கும்போது அதெல்லாம் இப்போது சாத்தியமில்லை என இவன் தன்னைத் தேற்றிக்கொண்டான்.. அன்றொருநாள் ஏதோ ஊடல் வந்து அவளைத் தேற்றவேண்டியிருந்ததால் முதல்நாள் சந்தித்த இடத்திலேயே சந்திக்கவேண்டியதாயிற்று. முதல் நாள் இவர்கள்

ஒழுங்கைக்குள் நின்றதை யாரோ றெக்கியெடுத்து கௌரியின் தகப்பனிற்குச் சொல்லியிருக்க வேண்டும். மோட்டார் சைக்கிள் ஒன்று ஒழுங்கைக்குள் இறங்கிற்று எனச் சுதாகரித்து, விலகி நடப்பதற்குக் கௌரியின் கலங்கிய கண்கள் இடமளிக்கவில்லை. மோட்டார் சைக்கிளில் வந்தது, கௌரியின் தகப்பன். இறுகிய முகத்தோடு, ஆனால் இவர்களைப் பார்த்து எதுவும் சொல்லாது, சைக்கிளின் வேகத்தில் மோட்டார் சைக்கிளை மெதுவாக ஓட்டிக்கொண்டு போனார்.

அடுத்த நாள் பாடசாலைக்கு வந்த கௌரி இவனிடம், 'பின்னேரம் அப்பா உன்னை ஒருக்காய் மரக்காலைப்பக்கமாய் வரட்டாம்' என்றாள். இவனுக்கு ஏதோ பிணச்சாலைக்குப் போவது போன்று நடுக்கம் வந்தது. கௌரியின் தகப்பனைச் சந்திக்குமுன்னர், இவன் தன் நண்பனிடம், 'எனக்கு எதுவும் நடக்கலாம், எது நடந்தாலும் அதற்குப் பொறுப்பு கௌரியின் தகப்பன்தான் என்று இயக்கத்திடம் சொல்லி வை' என்றான். நண்பனோ, 'பதினெட்டு வயதாக முன்னர் என்ன இழவுக்கு உனக்குக் காதல் என்று இயக்கம் கேட்கும், அது பரவாயில்லையா' எனக் குதர்க்கமாய்க் கேட்டான். 'இந்த வயதிலேயே நான் காதலிக்கிறேன் என்று உங்களுக்கெல்லாம் எரிச்சலடா' என இவன் சலித்துக்கொண்டான்.

மரக்காலைக்கு இவன் போனபோது கௌரியின் தகப்பன் பெரிய அரம் வைத்து மரத்தை அரிந்துகொண்டிருந்தார். மரத்திற்குப் பதில் தன் தலை அரியப்படுவதாய் ஒருகணம் நினைத்துப் பார்க்க உடம்பு சில்லிட்டுத் திரும்பியது.

'தம்பி, இந்த வயதில் காதல்தான் முக்கியம் போல இருக்கும். அதிலில்லாது வாழ்வே இல்லாதது போலவும் தெரியும். இதே காதல் இருபத்தாறு வயதிலும் இருந்தால் திரும்பி வாரும். அப்போது யோசிக்கிறேன்' என்று கௌரியின் தகப்பன் உடனேயே விசயத்துக்கு வந்தார்.

இவன், தன்னைப் போலத்தான் கௌரியின் தகப்பனும் நிறையத் தமிழ்ப் படங்களைப் பார்ப்பார் போல என நினைத்துக் கொண்டான். ஏனென்றால் இந்த டயலாக்கைத்தான் தமிழ்ப் படங்களில் வரும் கதாநாயகிகளின் தகப்பன்மார் சர்வ சாதாரணமாய்ப் பாவித்துக்கொண்டிருப்பார்கள். வேண்டுமென்றால் ஒரு பாட்டுக்குத்

தன்னையும் கௌரியையும் ஆடவிட்டால், தாங்கள் அடுத்த ஐந்து நிமிடத்திலேயே பத்து வருடங்களுக்கு வளர்ந்துவிட முடியுமே, பிறகு ஒரு பிரச்சினையில்லாது காதலுக்கு சுபம் போட்டுவிடலாமேயென நினைத்தான். அவருக்கு இவன் என்ன யோசிக்கிறான் என்பது விளங்கியதோ என்னவோ, 'இனி இந்த ஒழுங்கைகளுக்குள் ஒளிந்துகொண்டு சந்திக்கிற பழக்கத்தை யெல்லாம் விட்டுவிடவேண்டும். சனம் இதையெல்லாம் பார்த்தால் சும்மா கண்டபடிக்குக் கதைக்கும். அதெல்லாம் வேண்டாம். இன்னொன்று நாங்களும் நீங்களும் வேற வேற சாதியாக்கள். உங்கடையாக்கள் ஒருபோதும் இதற்குச் சம்மதிக்க மாட்டினம்' என்றொரு குண்டைத் தூக்கிப் போட்டார்.

'இயக்கம் இருக்கிறதுதானே. என்ன பிரச்சினை வந்தாலும் அது பார்த்துக்கொள்ளும்' என முதன்முதலாய் இவன் வாயைத் திறந்தான்.

'இயக்கம் இன்னும் பத்து வருசத்திற்கு இருக்கவேண்டுமே' என்றார் கௌரியின் தகப்பன் சற்றுக் கோபத்தோடு.

இயக்கம் பிறகும் இருந்தது. ஆனால் கௌரியின் தகப்பன்தான் உயிரோடு இருக்கவில்லை.

கௌரியின் தகப்பனிடம் அரிந்த மரங்களை ஏற்றியிறக்குவதற் கென ஒரு பெரிய வாகனம் சொந்தமாய் இருந்தது. இயக்கம் ஒருநாள் வாகனத்தைத் தங்கள் தேவைக்குப் பயன்படுத்துவதற்குத் தரச் சொல்லியிருக்கின்றார்கள். கௌரியின் தகப்பன் இயக்கம் அழித்த இன்னொரு இயக்கத்தின் ஆதரவாளராய் இருந்தபடியால் 'அப்பாவிச் சனங்களைச் சாக்கொல்லுறவங்களுக்கு எல்லாம் வாகனத்தைத் தரமுடியாது' என்று கோபத்தோடு திட்டி அனுப்பி யிருக்கின்றார். மூன்று நாள் கழித்து விடிகாலையில் இயக்கம் வந்து கௌரியின் தகப்பனைப் பாயோடு சுருட்டியெடுத்துக் கொண்டு போனது. சண்டிலிப்பாயில் இயங்கிக்கொண்டிருந்த ஒரு முகாமிற்குள் வைத்து விசாரணை செய்து முடிவு தெரியவந்தபோது கௌரியின் தகப்பன் உயிரற்ற உடலமாய்த் திரும்பி கொண்டு வரப்பட்டிருந்தார். செத்தவீட்டிற்கும் இயக்கம் யார் யாரெல்லாம் வருகிறார்கள் எனக் கண்காணிக்கும் என்ற பயத்தில் அவ்வளவாய்ச் சனம் வரவில்லை. இவன் கௌரிக்காய்ப் போனான், ஆனால் நிறைய நேரம் அங்கே நிற்காது மெதுவாய் நழுவிவந்திருந்தான்.

இனியும் இப்படி இயக்கம் இருக்கின்ற இடத்தில் வாழமுடியாது எனக் கௌரியின் குடும்பத்தினர் இந்தியாவிற்குப் படகில் போவதற்கு ஆயத்தங்களை இரகசியமாய்ச் செய்யத் தொடங்கினர். இதைக் கௌரி ஒருநாள் ஒழுங்கைக்குள் வைத்துச் சொன்னபோது, இவனால் இங்கே நீ என்னோடு இரு என்றும் சொல்லமுடியவில்லை, அங்கே போயாவது நிம்மதியாக வாழ் என்றும் கூறமுடியவில்லை. மௌனமாய் இருந்தான். காலம் தங்கள் இருவரின் காதலையும் உதறித்தள்ளிவிட்டு வேகவேகமாய் முன்னே சென்றுகொண்டிருப்பது மட்டும் தெரிந்தது.

காந்தனுக்குப் பிறகு சில காதல்கள் தோன்றி மறைந்தன. ஆனால் அவை, கௌரியுடன் ஏற்பட்டதைப் போல எவ்வித ஆன்மிகத் தரிசனத்தையும் தரவில்லை. இலங்கையில் இனியும் இருக்கமுடியாது என வெளிநாட்டுக்கு வந்தபோது, கொஞ்சக்காலம் எவரும் துணைக்கில்லாதது கஷ்டமாய்த்தானிருந்தது. எல்லாம் போகப்போகப் பழகிவிடுவது போல, காலம் செல்லச் செல்ல இப்படியே எவரையும் திருமணம் செய்யாது தனியே இருக்கலாம் என முடிவெடுத்துக்கொண்டான்.

இலங்கையை விட்டு வந்த பத்தாண்டுகளில் கிட்டத்தட்ட தன் பாடசாலை நண்பர்கள் அனைவரினதும் தொடர்புகளை இழந்திருந்தான். இணையம் நண்பர்களை மீளப்பெற உதவும் என்று சிலர் கூறத்தான் முகநூல் கணக்கைத் தொடங்கி. ஒரு நண்பரைத் தேட, இன்னொரு நண்பர் மேலும் மேலுமெனச் சிலந்திவலையைப் போல முகநூல் தெரிந்தவர்கள், தெரியாதவர்கள் என நிறையப் பேரை நண்பர்களாகச் சேர்க்கச் சொல்லி அழைப்பு விடுத்துக் கொண்டிருந்தது. இந்தப் பத்து வருடங்களில் நெருக்கமாய்ப் பழகிய நண்பர்கள் சிலரைத் தவிரப் பலரை மறந்தே விட்டிருந்தான். உலகின் எல்லாத் திசைகளிலும் பரந்திருந்த நண்பர்களைப் பார்க்க அதிசயமாயிருந்தது. ஒரு சிறு தீவுநாட்டில் பிறந்து அதிலும் ஒரு சிறு கிராமத்துப் பாடசாலையில் படித்த தாங்கள் ஒவ்வொருவரும் இப்படிப் சிதறி வாழ்ந்துகொண்டிருப்பதை நினைக்க, காலத்தைப் போல ஒரு சிறப்பான ஆசிரியர் உலகில் இல்லை போலத்தோன்றியது. இன்னுஞ் சிலர் இவன் வாழும் நகரத்திலே வாழ்ந்துகொண்டிருந்தது தெரிந்தபோது, தான் எவ்வளவு உள்ளொடுங்கிய வாழ்க்கையை வாழ்ந்துகொண்டிருக்கின்றேன் என்பதும் காந்தனுக்கு விளங்கியது.

முகநூலில் கண்டுபிடித்த, உள்ளூர் நண்பரொருவன் தன் திருமணத்திற்கு வரும்படி அழைப்பு விடுத்திருந்தான். 'என்ன இவ்வளவு காலமும் திருமணம் செய்யாமலா இருந்தாய்' என இவன் கேட்க, மூன்று தங்கச்சிமாருக்கும் கலியாணம் செய்வதில் இவ்வளவு காலமும் கழிந்துவிட்டதென்றான். 'என்னடா தமிழ்ப்பட டயலாக் போல நீயும் கதைக்கிறாய்' எனச் சொல்ல மனம் விரும்பினாலும் முன்னொருகாலத்தில் இப்படித்தான் கௌரியின் தகப்பனுக்கு தான் சொல்ல விரும்பியதும், அவர் பின்னர் கொல்லப்பட்டதும் நினைவில் எழ, சொல்ல நினைத்ததை அடக்கிக்கொண்டு, 'நான் உன் திருமணத்திற்கு வருவேன், அழைப்புக்கு நன்றி' என உரையாடலை முடித்துக்கொண்டான்.

நண்பனின் திருமணத்திற்கு இவன் போனபோது ஓர் ஆச்சரியம் காத்திருந்தது. இவனுக்குப் பிடித்த ஓர் அரசியல் செயற்பாட்டாளரும் அங்கே வந்திருந்தார். நண்பன் திருமணம் செய்யும் பெண்ணின் உறவுக்காரர் போலும். அவரிடம் போய் நீங்கள் எனக்குப் பிடித்த செயற்பாட்டாளர், இப்படி நமக்கு நடந்த மனிதவுரிமை மீறல்களுக்காய் முன்னிற்பது மிகவும் பிடித்தமானது. என்னைப் போன்றவர்க்கெல்லாம் நீங்கள் ஒருவகையில் வழிகாட்டி என இன்னும் ஏதோ ஏதோவெல்லாம் அவரைக் கண்ட மகிழ்ச்சியில் சொல்லிக்கொண்டிருந்தான். அவரும் 'அப்படியா அப்படியா' என மிகுந்த அடக்கத்தோடும், புன்னகையோடும் கேட்டுக் கொண்ட்டிருந்தார். 'அவரது எழுத்தையும் பேச்சையும் போலவே நேரிலும் இவ்வளவு நிதானமாக இருக்கின்றாரே, நிறைகுடங்கள் ஒருபோதும் தளும்புவதில்லை' என இவன் நினைத்துக்கொண்டான்

தனக்குப் பிடித்த ஒருவரைச் சந்தித்த மகிழ்ச்சியில் மண்டபத்தில் தரப்பட்ட மாம்பழ ஜூஸை உறிஞ்சிக்கொண்டிருந்தவனை நோக்கி, ஒரு பெண் நெருங்கி வந்து 'நீங்கள் காந்தன்தானே?' எனக் கேட்டாள். இவனுக்கு உடனே யாரென்று மட்டுக்கட்ட முடியாதிருந்தது. 'நான் கௌரி, அவ்வளவு கெதியாய் என்னை மறந்துவிட்டீர்களா?' என்றாள். இவனுக்கு ஒருகணம் அதிர்ச்சியாகி, கடந்தகாலம் எல்லாம் சடசடவென்று உள்ளே கடுகதி போல ஓடத் தொடங்கியது. காலம் நல்லாசிரியர் மட்டுமில்லை, சிலவேளைகளில் கோரமான ஒப்பனைக்காரரும்கூட என்று நினைத்துக்கொண்டான். இல்லாவிட்டால் ஒருகாலத்தில் இளமை ததும்பி நின்ற ஒருவரை

இப்படியா உருமாற்றியிருக்கும்? இதுதான் ஒருகாலத்தில், தான் மிகவும் நேசித்த கௌரியா என்பதை நம்பக் கடினமாக இவனுக்கு இருந்தது.

இன்னொரு மேசையிலிருந்து 'அம்மா' எனச் சொல்லி ஓடி வந்த இரண்டு பிள்ளைகளை 'இவர்கள் என் குழந்தைகள்' என்றாள். என்ன பெயர்கள் என வினாவியபோது 'மூத்தவளுக்குப் பாமினி, இளையவனுக்குக் காந்தன்' என்றாள். 'காந்தன்' என்ற தன் பெயரைக் கேட்டதும் மனம் திடுக்குற்று இவனுக்கு அடுத்து என்ன பேசுவது என்று தெரியவில்லை. 'ஆண்கள் மட்டுமில்லை, பெண்களும் கூடத் தம் முதற்காதலை அவ்வளவு எளிதில் மறப்பதில்லை' என எங்கோ வாசித்தது இவனின் நினைவில் எழுந்து மறைந்தது.

காந்தனும் கௌரியும் நிறைய பழைய விடயங்களை கதைத்துக்கொண்டிருந்தார்கள். இடைநடுவில் வந்த கணவனுக்கு 'இவர் எங்கள் ஊர்க்காரர்' என மட்டும் சொல்லிக் காந்தனை அறிமுகப்படுத்தி வைத்தாள். எல்லாவற்றையும் பேசியபோதும் இவர்களின் கடந்தகாலக் காதலையோ அல்லது கௌரியின் தகப்பன் கொல்லப்பட்டதையோ பற்றிக் கதைப்பதை இருவரும் கவனமாகத் தவிர்த்துக்கொண்டிருந்தார்கள். திடீரென்று கௌரி ' முன்பு எல்லாம் கவிதை எழுதிக்கொண்டிருப்பாயே? இப்போதும் எழுதுகிறாயா?' எனக் கேட்டாள். 'இல்லை அப்படி எழுதி எவரையும் இப்போதும் கஸ்டப்படுத்துவதில்லை' எனச் சிரித்தபடி சொன்னான். 'ம்....நீ முன்பு எந்தப் புனைபெயரில் எழுதிக்கொண்டிருந்தாய் என்பதையாவது இப்போது நினைவு வைத்திருக்கின்றாயா... என்னால் அதை ஒருபோதும் மறக்கமுடியாது' என்றாள். எதைக் கடந்துவிட்டுப் போகவேண்டும் என நினைத்து அது குறித்து உரையாடுவதைத் தவிர்த்துக்கொண்டிருந்தார்களோ அது தன்னியல்பில் வெளி வந்துவிட்டது. இவன் தன் கவிதைகளை 'கௌரி காந்தன்' என்று அவள் பெயரையும் இணைத்து வைத்துத்தான் ஒருகாலத்தில் எழுதிக்கொண்டிருந்தான்.

சட்டென்று தங்களுக்குள் விழுந்த திரையை விலத்துவதற்கும், அதே விடயத்தைத் தொடர்ந்து கதைப்பதைத் தவிர்க்கும் பொருட்டும், 'இங்கே எனக்குப் பிடித்த ஒருவர் இருக்கிறார். கிட்டத்தட்ட அவர் எனக்கு வாழ்க்கையில் பல விடயங்களில்

மானசீகக் குரு போன்றவர். அவரது பேச்சைப் போலவே அவ்வளவு அமைதியானவர், நீயும் சந்திக்கவேண்டும்' என்றான். அப்போதுதான் இதுவரை கௌரியுடன் நீங்கள் எனப் பேசிக்கொண்டிருந்ததில் இருந்து 'நீ'யிற்கு வந்திருந்தது தெரிந்தது. சட்டென்று தான் தன் பதினாறாவது வயதுக்குப் பறந்துபோய்விட்டேன் போலுமென நினைத்துக்கொண்டான்.

கடந்தகாலத்திற்கு மீண்டும் போய் உறைவதைத் தடுக்க அவசரம் அவசரமாகச் செயற்பாட்டாளர் இருந்த மேசைக்குக் கௌரியை இழுத்துச் சென்று அறிமுகப்படுத்தினான். அவர் அதே அமைதியான குரலில் 'ஹலோ' எனக் கௌரிக்குச் சொன்னார். திரும்பி வணக்கம் சொல்வாள் என எதிர்பார்த்த கௌரி ஒன்றுமே சொல்லாது விடுவிடுவென்று அந்த இடத்தை விட்டுப் போயிருந்தாள். ஏன் கௌரி இப்படிச் செய்கிறாள் என்ற வியப்புடன், செயற்பாட்டாளரிடம் மன்னிப்புக் கேட்டுவிட்டு, கௌரியைப் பின் தொடர்ந்தான். திருமண மண்டபத்துக்கு வெளியே வந்து நின்ற கௌரி, 'இந்த ஆளால்தான் எங்கடை காதலே அழிந்து போனது. இந்தச் சனியன் பிடித்தவனை ஏன் எனக்கு அறிமுகப்படுத்தினாய்' என்றாள். ஏன் அவர் எங்களின் காதலைக் சிதைத்தவர் எனக் கௌரி சொல்கிறாள் என இவனுக்கு எல்லாமே குழப்பமாயிருந்தது.

'எங்கடை அப்பாவை இயக்கம் படுத்த பாயோடு சுருட்டிக் கொண்டு போனபோது, நான்கு பேர் வந்திருந்தவையென்டு சொன்னனான் அல்லவா? அதற்குப் பொறுப்பாய் இருந்தவர் இந்தாள்தான். நான் இவரின் காலைப் பிடித்து எங்கடை அப்பாவை ஒன்றும் செய்யவேண்டாம் என்று கெஞ்சியபோது இவர் என்ன சொன்னவர் தெரியுமோ?'

இவன் கௌரியின் கண்ணீர் வரத்துடிக்கும் விழிகளை நேருக்கு நேர் பார்த்தான்.

'ஒரு துரோகிக்குப் பாடம் கற்பிக்கும்போது நாங்கள் ஓராயிரம் துரோகிகள் வளர்வதைத் தடுக்கின்றோம் என்றவர்.'

இவனால் எதையுமே நம்பமுடியாதிருந்தது. அவரின் எழுத்திலோ பேச்சிலோ அவர் ஒருபோதும் வன்முறையை ஆதரித்து எழுதியதற்கான தடயங்களையே காணமுடியாது. அப்படியான

ஒருவர் கடந்தகாலத்தில் ஒரு கொலைகாரனாய் இருந்திருப்பார் என்பது சாத்தியமற்றதெனவே இவன் நம்பினான். காந்திக்கு ஊன்றுகோலிற்குப் பதிலாய் அவரின் கையில் ஆயுதத்தைக் கொடுத்திருந்தால் எப்படியிருக்கும்? அப்படியான ஒருவராக அல்லவா கௌரி இவரை உருமாற்ற முயல்கிறாள். ஆனால் சும்மா ஒருவரை எழுந்தமானமாய் கொலைகாரன் எனக் கௌரி குற்றஞ்சாட்டவில்லை என்பதையும் அவளது விழிகள் தெளிவாய்ச் சொல்லியிருந்தன.

தனது சுயத்தை வனைந்துகொண்டிருக்கும் ஒருவரைக் கொலைகாரன் என ஏற்றுக்கொள்வது தன்னிருப்பையே இல்லாது ஒழித்துவிடும் என அஞ்சினான். அதற்குப் பிறகு கௌரியை மீண்டும் சந்திப்பதை இவன் விரும்பவேயில்லை.

★

(தீராநதி, 2014)

ஏகாந்தம் என்பதும் உனது பெயர்

வழமை போல வேலைக்குப் போவதற்காய் நிமலன் ஆறு மணிக்கு எழும்பியிருந்தான். இரவு திரைச்சீலையை மூடாததால் சூரிய ஒளி அறைக்குள் தெறித்துக்கொண்டிருந்தது. இன்றைக்கும் வேலைக்குப் போக வேண்டுமா என நினைக்க இன்னும் சோம்பல் கூடியது. சட்டென்று இன்று வேலைக்குப் போகாவிட்டால் என்ன எனவும் தோன்றியது. நல்ல விடயங்களைப் பிற்போடக்கூடாது என்று யாரோ சொன்னது நிமலனுக்குள் ஒலிக்க, உடனேயே மானேஜரின் தொலைபேசி இலக்கத்திற்கு அழைத்து வேலைக்கு வரமுடியாதிருக்கின்றது எனத் தன் குரலைப் பதிவு செய்தான்.

சோம்பலாய் விடிந்த பொழுது இப்போது நிமலனுக்கு உற்சாகமாய் மாறியிருந்தது. கட்டிலிலிருந்தபடி இன்று என்ன என்ன செய்யலாமெனப் பட்டியலிட முயற்சித்தான். பிறகு ஒவ்வொருநாளும் ஏதோவொரு ஒழுங்கில்தானே விடிந்து கரைகிறது, எதெது அந்தக் கணத்தில் வருகிறதோ அது அதைச் செய்வோமெனத் தீர்மானம் எடுத்துக்கொண்டான்.

நீண்டகாலமாய் ஜிம்மிற்கு போகாமல் உடலை அடைகாக்கும் கோழி போல ஒன்றும் செய்யாது வைத்திருந்த நினைவுக்கு வர, கொஞ்சத் தூரம் ஓடிவிட்டு வருவோமென காலில் அடிடாஸ் சப்பாத்தைப் போட்டுக்கொண்டு எலிவேற்றரடிக்குப் போனான். இருபதாவது அடுக்குமாடியில் குடியிருப்பதில் நல்ல விடயம் என்னவென்றால் நகரைப் பறவைக்கோணத்தில் பார்த்து இரசிக்கலாம். ஆனால் சிக்கல் என்னவென்றால் நினைத்த நேரத்தில் அவ்வளவு எளிதில் தரைக்குப் போய்விட முடியாது.

இப்போது கீழே போவதற்குக் காத்திருக்கையில், எலிவேற்றர் தேருக்குள் இருக்கும் சாமி போல ஆடியசைந்து ஆறுதலாய் வந்து சேர்ந்தது. பாடசாலை தொடங்குகின்ற நேரம். நிறையப் பிள்ளைகள் நசுங்கி நெரிந்துகொண்டு உள்ளே நின்றார்கள். அது போதாதென்று சிறுவர்களை பஸ்ஸில் ஏற்றிவிடுவதற்கென அவர்களின் அம்மாக்களும் கூடவே எலிவேற்றரின் இடத்தை நிரப்பிக் கொண்டிருந்தார்கள். பாடசாலை பஸ் வரப்போகும் அவசரத்தில் சில பெண்கள் இரவுடைகளோடே வந்திருந்தார்கள். நிமலனுக்கு அவர்களின் நெகிழ்ந்த ஆடைகளைப் பார்க்க ஆசை பெருகிக் கொண்டிருந்தாலும், அதைத் தவிர்த்து எலிவேற்றரின் மேற்றளத்தில் ஏதேனும் பல்லி தென்படுகிறதா எனக் கஷ்டப்பட்டு மேலே பார்த்துக்கொண்டிருந்தான். ஆனால் ஒவ்வொரு தளத்திலும் எலிவேற்றர் திறந்து மூடும்போது அவனது ஆசை, பல்லி இறந்தபின்னும் அசையும் வாலைப் போலத் துடித்துக்கொண்டிருந்தது.

வெளியே வந்ததும் ஏரிக்கரையை நோக்கி ஓடத் தொடங்கினான். வேலைக்குப் போகின்றவர்கள் எல்லோரும் நேரத்துக்குப் போய்விடவேண்டுமென்ற பதற்றத்துடன் பறக்கையில் தான் அவர்களில் ஒருவனல்லன் என எதிர்த்திசையில் ஓடிக்கொண்டிருப்பது நிமலனுக்கு மகிழ்ச்சியைத் தந்திருந்தது. உடலை எரிக்கும் வெக்கை இல்லை என்பதால், சூரிய ஒளியும் சுகமாயிருந்தது.

வியர்க்க விறுவிறுக்க ஓடியபின் ஷவருக்குள் போய் நீண்டநேரம் நிற்பது நிமலனுக்குப் பிடித்தமான ஒரு விடயம். *Old Spice, body wash*ஐப் பாவிக்கும்போது அவனுக்கு முன்னாள் காதலியொருத்தி நினைவுக்கு வந்தாள். அதுவரை காலமும் கையில் கிடைக்கும் சவர்க்காரத்தைப் போட்டுக் குளித்துக்கொண்டு திரிந்தவனுக்கு அவள்தான் ஒருநாள் *shoppers drug mart* இற்குப் போய் கடல் வாசனை வரும் *body wash* ஒன்றை வாங்கிக் கொடுத்தாள். ஆனால் அதைப் பயன்படுத்தத் தொடங்கி, வாசத்தைப் பழக்கமாக்க முன்னரே அந்தக் காதலி இவனை விட்டுப் பிரிந்து போனது இன்னொரு துயரக்கதை.

'நல்ல வாசனையாக இருக்கிறதே இது என்ன பிராண்ட்' என அதன் மதிப்பை உணர்த்தியவள் அதற்குப் பிறகு வந்த இன்னொரு காதலி. அவள்தான் நிமலனுக்கு ஒவ்வொரு பொழுதுக்கும், இடத்திற்குமென வெவ்வேறு வாசனைத் திரவியங்கள் இருக்கிறதென

Calvin Klein இன் அனைத்து வகைமைகளையும் அக்கு வேறு ஆணி வேறாகச் சொல்லிக் கொடுத்தவள். இப்படி ஒவ்வொரு காதலியும் புதிது புதிதாக எதையோ அறிமுகப்படுத்த அவர்களை அவற்றின் ஊடாக நினைவில் வைத்திருப்பது நிமலனுக்கு எளிதாக இருந்தது.

ஒளியின் வேகத்தைவிட, கடந்த காலம் இன்னும் வேகமாகச் சுழலத் தொடங்கியது. ஒருமுறை கோஸ்டா ரிக்காவின் மழைக்காட்டை, இயற்கையின் மீதான நேசத்தினால் நிமலனும், அவனின் *Old Spice* காதலியும் தேர்ந்தெடுத்திருந்தனர். தங்குமிடம் மூன்று மாடிகளாய் இருந்தாலும் கொடிகள் மூடி அதுவும் பசுமை போர்த்திக் காட்டின் ஒரு பகுதியாக மாறியிருந்தது. வரவேற் பறைக்கருகில் ஒரு சிறு மணியை கட்டி வைத்திருந்தார்கள். எதற்கென வினவியபோது புதிய விருந்தினரின் வருகையைத் தெரிவிக்கும் சம்பிரதாயத்திற்கு என்றார்கள்.

நிமலன், ஊரில் பிள்ளையார் கோயில் காண்டாமணியை அடிப்பதுபோல பலம் முழுதையும் பாவித்து அதையொருமுறை அடித்தான். தங்குமிடத்தில் இருந்தவர்க்கு மட்டுமில்லை காட்டினுள் இருந்த மிருகங்களுக்கும் கேட்கும்படியாக அது கொஞ்சநேரம் அதிர்ந்து ஓய்ந்திருந்தது. இன்னொருமுறை அடிக்க ஆசையாகக் கிட்டப்போனபோது காதலியின் முறைப்புத் தடுத்திருந்தது. இவர்களுக்கு இரண்டாவது தளத்தில் அறை ஒதுக்கப்பட்டிருந்தது. நிமலன் மழைக்காட்டுக்குள் வந்ததைக் கொண்டாட மினி பிரிட்ஜீற்குள் இருந்து வைன் போத்தலையும் கொறிப்பதற்கென முந்திரிகை வத்தலையும் எடுத்துக்கொண்டு பல்கணியிற்குப் போனான்.

கதவில் 'குரங்குகள் நடமாட்டம் இருக்கும் தயவுசெய்து அதற்கு உணவிடவேண்டாம்' என எச்சரிக்கை இருந்தது. நாங்கள் புலிகளோடும் சிங்கங்களோடும் வளர்ந்தவர்கள் குரங்குகள் எல்லாம் துச்சமென நிமலன் தனக்குள் நினைத்துக்கொண்டான். வந்ததும் வராததுமாய் உடனே குடியா எனக் காதலி கேட்க, இல்லை வேறொன்றும் இருக்கிறதென கண்களைச் சிமிட்டி, இரண்டு கிண்ணங்களில் வைனை நிரப்பி ஒன்றைக் காதலியிடம் கொடுத்தான். முன்னே விரிந்திருந்த மலைக்கும் ஏரிக்கும் இடையில், சூரியன் மெல்ல மெல்ல மறையத் தொடங்குவதைப் பார்க்க மனோரதியமாய் இருந்தது.

எப்போதாவதுதான் வானவில் தோன்றுவது போலக் காதலி இன்று நல்ல மனோநிலையில் இருந்தாள். நிமலனை இழுத்தணைத்து முத்தமிடத் தொடங்கினாள். தாபத்தின் தளிர்கள் மெல்ல மெல்லப் படர்ந்து காமம் பசுமையாய்ப் படர்ந்தபோது ஆடைகள் ஒவ்வொன்றாகக் குறையத் தொடங்கியிருந்தன. நாரைகள் இரவுணவிற்காய் ஏரியின் கரையில் காத்திருக்கத் தொடங்க, சில்வண்டுகள் தம்மிருப்பை இயம்பிக்கொண்டிருந்தன. இருளை மட்டும் ஆடையாய் உடுத்தி இயற்கையோடு நிமலனும் காதலியும் கரைந்துபோயிருந்தனர்.

திடீரென்று இரு விழிகள் மின்மினியின் வெளிச்சத்தைப் போலப் பல்கணியில் நகரத் தொடங்க பாம்பாய் இருக்குமோ என நிமலன் முதலில் திடுக்குற்றான். உடனே தன்னோடு பிணைந்து போயிருந்த காதலியை அறைக்குள் தள்ளிவிட்டு அதை அடிப்பதற்கு வைன் போத்தலைத் தேடினான். ஆனால் கையில் அவசரத்திற்கு அகப்பட்டதோ சிப்ஸ் பை. உள்ளுக்குள் தள்ளப்பட்ட காதலி, 'உள்ளே வா வெளியே நிற்காதே' எனப் பயத்தில் அலறத் தொடங்கினாள். சிப்ஸ் பையால் பாம்பை அடிக்க முடியாதென்பதால் பல்கணியின் கதவைச் சாத்திவிட்டு நொடிக்கணத்திற்குள் அறைக்குள் போனான்.

நிமலனோடு கூடவே ஓடிவந்த மின்மினியின் கண்கள் பூட்டப்பட்ட பல்கணியின் கண்ணாடியில் அடிபட்டுத் திரும்பியது. லைற்றைப் போட்டதும் அது பாம்பில்லை குரங்கென்பது இவர்களுக்குத் தெரிந்து போனது. குரங்கு இவர்கள் சாப்பிட்டுக் கொண்டிருந்த சிப்ஸிற்காய்த்தான் ஒரு திடீர்த்தாக்குதலை இவர்கள் மீது நடத்த முயன்றிருக்கிறது. நிமலன் கையோடு சிப்ஸ் பையைக் கொண்டு வந்ததால் வைன் போத்தலை நுகர்ந்துவிட்டு அது சுற்றுமுற்றும் பார்த்தது.

இன்னமும் வைன் குடிக்கப் பழக்கப்படாத மந்தி போலும் அது. ஆனால் தான் நினைத்தது நடக்காத கோபத்தில் தரையில் கிடந்த உள்ளாடையை எடுத்துக்கொண்டு தாவத் தொடங்கியது. 'ஆ....இதென்ன குரங்கு, பக்கத்து அறைச் சனங்கள் பார்த்தால் அவமானப் போய்விடப்போகிறதோ' எனக் காதலி ச்சூசூ என துரத்தினாள். அது ஆறவமர பல்கணியின் ஓரங்களில் நடந்து

மரமொன்றில் தாவி வந்ததற்கு அடையாளமாய் உள்ளாடையையும் கொண்டு சென்றது. 'கொண்டு போகின்ற ஆடையை வைத்தே அது ஆம்பிளைக்குரங்கு போலத் தெரிகிறது' என்றான் நிமலன். 'உனக்கு இந்த நேரத்திலும் உந்த ஆராய்ச்சிதான் வேண்டிக் கிடக்கிறது' எனக் காதலி கையால் அடிக்கப் போனாள். இலங்கையில்தான் சிங்கம் புலிக்கு எல்லாம் பயப்பிட வேண்டியிருக்கிறதென்றால் இங்கே வந்து இறுதியில் குரங்குக்குக்கூடப் பயந்தோட வேண்டியதாயிற்றே என நிமலன் நினைத்துக்கொண்டான்.

வாழ்க்கை என்பது நகர்ந்துகொண்டிருப்பதா அல்லது ஓரிடத்திலேயே தேங்கியிருப்பதா என்பதில் நிமலனுக்கு இந்த இருபத்தேழு வயதிலும் குழப்பமாயிருந்தது. எந்தச் சந்தர்ப்பங்களில், தான் தன் *Old Spice* காதலியையும், *CK* காதலியையும் தொலைத்தேன் என யோசித்தான்.

நிதானமாய் நிமலன் முழுகிவிட்டு விட்டு டவுன்ரவுன் பக்கமாய்ப் போய்ப் பார்க்கலாமெனப் புறப்பட்டான். நிலத்தைக் குடைந்த சுரங்கப் பாதையினால் இரெயின் போய்க்கொண்டிருந்த போது, நிலத்துக்கும் நமக்குமான உறவு என்னவென யோசித்தான். இந்த நிலம் எத்தனை எத்தனை மனிதர்களைக் கண்டிருக்கும். அவர்கள் ஒவ்வொருவரும் மறையும்போது, புதைக்கப்படும்போதோ எரிக்கப்படும்போதோ இந்த நிலம் எதைப் பிரதிபலிக்கும் என மீண்டும் ஆழ்மனதில் அமிழத் தொடங்கினான்.

நம் வாழ்விலுந்தான் எத்தனை மனிதர்கள் வருகிறார்கள். நாம் சிலரை இவர்கள் எப்போதும் எம்மோடு இருக்கப் போகின்றவர்கள் என நினைக்கும்போது அவர்கள் வந்தது மாதிரியே சட்டென்று பிரிந்தும் போய்விடுகிறார்கள். என் வாழ்விலுந்தான் அருமையான *Old Spice*யை எதற்கெனத் தெரியாமலே தொலைத்திருக்கின்றேன். இந்த இழப்புக்களின் வீழ்ச்சிகளிலிருந்து நாம் என்றென்றைக்குமாய் மீட்சி பெறவே முடியாதா என யோசித்துக்கொண்டு போக, யூனியன் ஸ்ரேசனும் வந்திருந்தது.

றொறொண்டோவின் நீளமான வீதிகளில் ஒன்றான யங் தொடங்கும் ஏரிக்கரையோரம், கப்டன் ஜாக் கப்பல் உணவகம் தண்ணீருக்குள் அசைந்துகொண்டிருந்தது. மேற்குப் பக்கமாய் நடந்துபோய் நிமலன் தனக்குப் பிடித்தமான கஃபேயில் காலைச்

சாப்பாட்டுக்கு ஓடர் கொடுத்துவிட்டு தெருவில் போவோரை வேடிக்கை பார்த்துக்கொண்டிருந்தான். 510 என இலக்கமிடப்பட்ட பேருந்துகள் வருவதும் போவதுமாய் இருந்தன.

காலைப்பொழுதின் உற்சாகத்தோடு பயணிகளைப் பார்த்தபொழுது எல்லோருமே அழகாய்த் தெரிந்தனர். நேரம் பத்துமணியாகியிருக்கும். Scrambled செய்யப்பட்ட முட்டையை முள்ளுக்கரண்டியால் அளைந்துகொண்டிருந்தவனுக்கு தெருவின் எதிர்த்திசையில் நின்று ஒருவர் கையைக் காட்டிக்கொண்டிருந்தது போலத் தெரிந்தது. அவனுக்கு யாரென அடையாளங்காண முடியவில்லை. தூரப் பார்வை வரவரக் குறைந்து, அணிந்திருந்த கண்ணாடியை விரைவில் மாற்றவேண்டுமென்பது இப்போது நினைவுக்கு வந்தது. தனக்கா அல்லது பக்கத்தில் இருக்கும் வேறு எவருக்கோ கைக்காட்டப்படுகிறதா எனக் குழப்பத்தில் இருந்தவனைப் பார்த்து, எதிர்த்திசையில் நின்றவர் இப்போது தெருவைக் கடந்து இவனை நோக்கி வந்துகொண்டிருந்தார்.

'Don't you remember me?' எனக் கையைக் காட்டியவள் அருகில் வந்து கேட்கத்தான், 'ஆ...இது என் Old Spice காதலி அல்லவா?' எப்படி இவளின் முகத்தை அவ்வளவு எளிதில் மறந்துவிட்டேனென நினைத்தான். இவ்வளவு அழகாகவும் புத்துணர்ச்சியாகவும் இவள் இருப்பாள் என்று அருகில் இருந்த காலங்களில் உணர்ந்த தேயில்லையெனத் தேவையில்லாத சிந்தனை ஒன்று வந்து தெறித்துவிட்டுப் போனது.

Old Spiceஐ கண்டு நான்கைந்து வருடங்களுக்கு மேலாய் இருக்கும். அவளை என்றுமே வாழ்வில் சந்திக்கமாட்டேன் என நினைத்தவனுக்கு அவள் இப்படி முன்னே வந்து நின்றது ஆச்சரியமாயிருந்தது. சிலவேளைகளில் எல்லாமே ஒரு வட்டத்தில் தான் நிகழ்ந்துகொண்டிருப்பதை நம்பத்தான் வேண்டும் போலும்.

நிமலன் தனக்கிருக்கும் Bipolar disorder இற்கும் இப்படித்தான் வட்டங்கள் இருக்கின்றன என நினைத்துக்கொண்டான். உற்சாகமான மனோநிலையோ, அழுத்தமான சூழ்நிலையோ இப்படித்தான் சுற்றுக்களில் நிகழும். சிலவேளை அவை ஒரு நாளோடு முடிந்து போகும். சிலவேளைகளில் வாரக்கணக்கில் அந்த மனோநிலை அப்படியே இருக்கும். எப்போது ஒரு வட்டம் முடிந்து இன்னொரு

வட்டம் தொடங்கும் என்பது அவ்வளவு எளிதாய்த் தெரியாதோ, அவ்வாறே எப்போது இந்த வட்டங்கள் தோன்றும் என்பதையும் தெளிவாய்ச் சொல்லிவிடமுடியாது. சின்ன காரணத்திற்காய் தற்கொலையைக் கூட நாடிவிடும் அபாயகரமான நிலைகளும் உண்டு.

அதனால்தான் ஒருத்தி பிரிந்து போகப்போகின்றேன் எனச்சொன்னவுடன் 'மரத்திலிருந்து ஒரு பறவை பறந்து போகிறது' என இயல்பாய் எடுத்துக்கொண்டவனுக்கு, Old Spice விலகிச் சென்றபோது அப்படிச் செய்யமுடியவில்லை. தாளமுடியாத் துயரத்துடன் நித்திரையைத் திருத்தமாக்குவதற்கென வாங்கிய நிறையக் குளிசைகளை உள்ளெடுத்துத் தற்கொலைக்கு முயற்சித்திருந்தான். வீட்டிலிருந்தவர்கள் அள்ளியெடுத்து அவசர சிகிச்சைக்குக் கொண்டுபோனதில்தான் அருந்தப்பில் உயிர் தப்பினான்.

'என்ன இந்தப் பக்கம், உனக்குத்தான் டவுன்ரவுன் அவ்வளவாய்ப் பிடிக்காதே?' என்றாள் Old Spice.

'இன்றைக்கு வேலைக்கு 'சிக்' அடித்துவிட்டு என்ன செய்வதென்று தெரியவில்லை, அதுதான் சப்வே எடுத்து வந்தேன். அதுசரி நீ என்ன செய்துகொண்டிருக்கிறாய் இங்கே?' எனக் கேட்டான் நிமலன்.

'நானா? நான் இப்போது Bay Streetல் இருக்கும் Erest & Young இல் வேலை செய்கிறேன். இப்போது காலையில் எடுக்கும் short break. அதுதான் Bagel வாங்கப் போய்க்கொண்டிருந்தேன்.'

அமெரிக்காவின் Wall Street போல கனடாவிற்கு Bay Street. நல்ல வேலையில்தான் இருப்பாளென நிமலன் நினைத்துக்கொண்டான்.

'என்றாலும் நீ என்னை மறந்துவிட்டாய் அல்லவா?', என அவள் தொடர்ந்தாள்.

'அப்படியெல்லாம் இல்லை. உன்னை நினைவுபடுத்தும் ஒரு பொருளை நான் தினமும் பயன்படுத்திக்கொண்டிருக்கிறேன். பிறகெப்படி உன்னை மறக்கமுடியும்?'

'என்ன?'

இளங்கோ | 73

‘சொன்னால் முகஞ்சுழிப்பாய். நீ அறிமுகப்படுத்திய *aqua reef body wash* ஐத்தான் இப்போதும் பயன்படுத்துகிறேன்.’

மெல்லப் புன்னகைத்து ‘என்னை நினைவுபடுத்த ஏதேனும் ஒன்றை இப்போதும் வைத்திருக்கிறாயே. அதுவே போதும்’. என்றாள்.

உரையாடிக்கொண்டிருந்ததில் நேரம் போனதே தெரியவில்லை. ‘பிரேக் முடிந்திருக்கும். நீ வேலைக்குப் போகத் தேவை இல்லையா?’ என நிமலன் கேட்கவும், அவள் ‘நீ விரும்பினால் இன்றைக்கு வேலையிலிருந்து விடுப்பு எடுக்கிறேன்’ என்றாள். இவனுக்கு என்ன சொல்வதென்று தெரியவில்லை. ஒருகாலத்தில் இவள் விலகிப் போனது, நித்திரைக் குளிசைகளை அளவுக்கதிகமாய் எடுத்தது, ஆறேழு மாதங்களாய் மனவுளைச்சலில் உழன்றது எல்லாம் நினைவுக்கு வர மௌனமாக இருந்தான்.

அவள், மௌனத்தைச் சம்மதமாய்க் கொண்டாளோ என்னவோ, ‘நான் வேலைக்குச் சென்று, எனக்கு உடம்பு சரியில்லை என லீவு எடுத்துவிட்டு வருகிறேன். அதுவரை காத்துக்கொண்டிருக்கிறாயா?’ என்றாள். அவன் ஆமா, இல்லையா என எளிதாய்ப் பிரித்தறிய முடியாமல் ஒரு மார்க்கமாய்த் தலையை அசைத்தான்

காலையுணவில் தரப்பட்டிருந்த அவித்த உருளைக்கிழங்குகளைச் சாப்பிட்டுவிட்டு ஒரேஞ்ஜ் ஜூஸைக் குடித்துக்கொண்டிருந்தபோது அவள் திரும்பி வந்துகொண்டிருந்தாள். ஏதோ பதின்மத்தில் முதன்முதலாய்க் காதலிக்கும் ஒருவனைப் போன்ற உணர்வு அவனுக்குள் எழத்தொடங்கியது. இப்போது பைபோலரின் இன்னொரு வட்டம் ஆரம்பித்திருக்க வேண்டும். இது அதிகவேளைகளில் வருவதைப் போன்ற மன அழுத்தத்தைத் தரும் சுழற்சியல்ல; அரிதாய் வரும் அதீத உற்சாகமான மனோநிலையெனக் குறித்துக்கொண்டான்.

அலுவலகங்களில் வேலை செய்யும் பெண்கள் அணியும் இறுக்கமான ஆடை அவளின் உடலின் வளைவு நெளிவுகளைத் திருத்தமாய்க் காட்டியது. அவளைப் பார்த்து, ‘இந்த வெள்ளை மேலாடை உனக்கு மிகவும் வனப்பாய் இருக்கிறது’ என்றான்.

அவர்கள் ஒன்ராரியோ ஏரியை அண்டிய வீதியில் நடக்கத் தொடங்கினார்கள். ஸ்படைனா வீதி குறுக்கே வந்தபோது ‘நமது

வீதியல்லவா இது' என்றாள். அவன் அவளைக் காதலித்துக் கொண்டிருந்தபோது ரொறொண்டோ யூனிவர்சிட்டியில் அவள் படித்துக்கொண்டிருந்தாள். டவுன்ரவுண் வந்தால் எப்போதும் தொலைந்துபோகின்றவனாக இருந்த அவன், அருகேயிருக்கும் நூலகத்தின் சோபாவில் அமர்ந்து அவளுக்காய்க் காத்துக்கொண்டிருப்பான். பிறகு சிறு வீதிகளினூடாகக் கைகளைக் கோர்த்தபடி நடக்கத் தொடங்குவார்கள்.

திடீரென்று நினைவு வந்தவளாய், 'சிலவேளைகளில் நான் வரத் தாமதமாகும்போது, நான் வரும்வரை காத்திருந்துவிட்டு ஒன்றுமே பேசாமல் என்னோடு கோபித்துக்கொண்டு போகிறனியல்லவா? அது நினைவிருக்கா?' என்றாள்.

'ம்...அப்படிச் செய்திருக்கின்றேன். சிலவேளை உன் மீது அவ்வளவு அன்பிருந்தும் அவ்வாறு ஏன் கோபப்படுகிறேன் என்பதை விளங்கிக்கொள்ளவே முடிந்ததில்லை.'

'நீ கனடாவின் காலநிலையைப் போன்றவன்...அதுதான் காரணம்' சிரித்தபடி சொன்னாள் அவள்.

'இல்லை, பிறகு கண்டுபிடித்தனான் எனக்கு *biploar disorder* இருக்கிறதென்று.'

'இதை ஒரு *excuse* யாய் சொல்கிறாயா?'

'அப்படி நான் நடந்தது பிழைதான். ஆனால் இப்படி ஒரு சிக்கலான நிலையும் எனக்கு இருக்கிறது என்பதையும் நினைவூட்டத்தான்' என்றான் அவன் தலையைத் தாழ்த்தியபடி.

சட்டென்று மௌனம் அவர்களுக்கிடையில் நிழலாய் நடக்கத் தொடங்கியிருந்தது. முன்பு அடிக்கடி அமரும், நூலகத்தின் முன்னிருந்த பெஞ்சில் போய் உட்கார்ந்தார்கள்.

அவள் அவனது கரத்தை எடுத்து மெதுவாய் வருடி, 'உண்மையிலேயே உனக்கு *bipolar disorder*தானா' என்றாள். அவனுக்குள் சட்டென்று ஏதோ உடைந்துமாதிரி எல்லாவற்றையும் கரைத்துவிட வேண்டும் என்பது போலக் கண்கள் கலங்கத் தொடங்கின.

அவள் அவனை அணைத்து நெற்றியில் முத்தமிட, அவளை விலத்தி, 'நீ இப்படிக் கண்கள் கலங்குவதும் ஒரு *excuse* எனச்

சொல்லப் போகிறாய்' என விழத்துடிக்கும் கண்ணீர்த்துளியை மறைத்தபடி சொன்னான்.

அருகிலிருந்த ஓர் உணவகத்தில் மதியவுணவைச் சாப்பிட்டு விட்டு, ஏரிக்கரைப் பக்கம் போனார்கள். அங்கிருந்த அரங்கொன்றில் சில கலைஞர்கள் பாடிக்கொண்டிருந்தார்கள். படகுகள் சுற்றுலாப் பயணிகளை ஏற்றிக்கொண்டு 'சென்ரர் ஐலண்டு'க்குப் போய்க்கொண்டிருந்தன. பெரிய பாய்மரக்கப்பலில் 'ஏரிக்குள் மாலைச் சவாரியும், போகும்போது உள்ளேயே இரவுணவும்' என்று ஒரு பதாகை வைத்திருந்தார்கள். 'படகில் போய்க் கடலின் நடுவிலேயே இரவுணவைச் சாப்பிடுவோமா?' எனக் கேட்டான். இதற்கிடையில் இசை நிகழ்ந்துகொண்டிருந்த இடத்தில் நின்ற ஒருவனிடம் காசு கொடுத்து வாங்கி இழுத்திருந்த இலைச்சுருள் நிமலனை இன்னும் அதீத உற்சாகத்திற்குக் கொண்டு போயிருந்ததும் அவளுக்குத் தெரியும்.

படகில் இரவுணவை முடித்துவிட்டுக் கரை திரும்பியபோது 'உன்னோடு இன்னும் நிறையக் கதைத்துக்கொண்டிருக்கவேண்டும் போல இருக்கிறது' என்றாள். ஆனால் இப்போது ஒன்ராறியோ ஏரியில் காற்றில் ஈரப்பதம் கூடிக் குளிரத் தொடங்கியிருந்தது. அருகிலிருந்த 'ஹொட்டலுக்குப் போவோமா' என்றாள்.

'*Western Castle*' இல் ரூமை ஓரிரவுக்கு எடுத்தபோது அறை ஏரியைப் பார்த்தபடி இருக்கும்படியாக உறுதி செய்துகொண்டான். அறையிலிருந்து பார்த்தபோது பல படகுகள் விரித்திருந்த பாய்களோடு கரைக்குத் திரும்பிக்கொண்டிருந்தன. ஐலண்ட் எயார்போட்டில் விமானங்கள் நீரைத் தொட்டும் தொடாமல் தரையிறங்குவதைப் பார்க்க அழகாய் இருந்தது. யன்னலைத் திறந்தபோது 'சைரஸ்' அரங்கிலிருந்து கசிந்துகொண்டிந்த ப்ளூஸ் இசை காதிற்குள் நுழையத் தொடங்கியது.

அவள் நெருங்கி வந்து அவன் அணிந்திருந்த சாம்பல் நிற டீசேர்ட்டைக் கழற்றினாள். அலைகளில் சுழன்றுகொண்டிருந்த அவனின் நெஞ்சில் சாய்ந்த அவள் 'உண்மைதான் நீ என்னை இன்னும் மறக்கவில்லை. இப்போதும் *aqua reef* மணக்கிறது' என்றாள்.

ஏரியில் அலைகள் மெல்ல மெல்ல மேலெழும்பிக் கொண்டிருந்தன. சுருண்டு வளைந்து நிமிர்ந்து கரைகளில் படரும் அலைகளில் அவனின் இன்னொரு நான் தொலைந்து போய்க் கொண்டிருந்தது.

அவள் உடலின் கதகதப்பில் திளைத்து, அவளின் மேலாடையின் தெறிகளைக் கழற்றியபோது, அவள் கோஸ்டா ரிக்காவில் அணிந்திருந்த நிறத்திலேயே உள்ளாடை அணிந்திருந்தது தெரிய, புன்னகைத்துக்கொண்டான்.

'எதற்கு இப்போது சிரிக்கிறாய்?' என அவள் காதினை உதட்டால் மெல்லியதாய்க் கடித்தபடி கேட்டாள். 'நீயுந்தான் இன்னும் மாறவில்லையென உன் ஆடையின் வர்ணம் சொல்கிறது' எனறான்.

கடைசிச் சாட்சியான சூரியனும் இப்போது மறையத் தொடங்கியது.

'உனக்குத் திருமணமாயிற்றா?' என்று இவனோ, 'எவரேனும் காதலி இருக்கிறாளா?' என்று அவளோ கேட்கவில்லை. அவர்களுக்கு அந்தப்பொழுதில் அது தேவையாய் இருக்கவுமில்லை.

★

(காலம், 2013)

பறந்துபோன இருமரங்களும் பச்சையம் இழந்த காடுகளும்

1.

பொலித்தீன் பையைத் தன்னுடல் முழுதும் சுற்றிக்கொண்டு எரிந்துகொண்டிருக்கும் நண்பனைப் பற்றிய கனவு அவனைத் திடுக்குறச்செய்து விழிப்படையச் செய்தது. நேரம் என்னவாயிருக்கு மென சிவப்பு ஒளியில் மிளிர்ந்துகொண்டிருந்த அலாரமைப் பார்த்தபோது 3.25 A.M என்றிருந்தது. இனி விடியும் வரைக்கும் நித்திரை வராது என்ற நினைப்பு அவனுக்கு இன்னும் எரிச்சலைக் கொணர்ந்தது. இப்போதுதான் முதற்தடவையாக நண்பன் எரிந்துகொண்டிருக்கும் கனவு வருகின்றது என்பதல்ல; முன்னரும் பலமுறை வந்திருக்கின்றதுதான். ஒவ்வொருமுறையும் அலறிக்கொண்டு அதலபாதாளத்திற்குள் விழும் கணத்தோடு ஓர் உறைநிலை கனவில் வந்துவிடுகிறது. பிறகு மருள மருள உருளும் விழிகளுடன் நீள்விழிப்பு. சிறுவயதில் இப்படியான கொடுங்கனவுகள் வரும்போது அருகில் படுத்திருக்கும் அம்மா அவனுக்கு விபூதியைப் பூசியவுடன் ஏதோ ஒரு பாதுகாப்புணர்வு வந்துவிடுவதுண்டு. புலம்பெயர்ந்து வந்ததன்பின் எவ்வாறுதான் விபூதியைப் பூசினாலும் நண்பன் பற்றியெரியும் கனவு வராமல் நின்றுவிடுவதில்லை; சிக்கலாகவும் வேதனையாகவும் ஆகிவிட்ட புலம்பெயர் வாழ்வில் கோமாதாவின் கோமியத்திலும் ஏதோ புதிரின் முடிச்சு விழுந்திருக்கவேண்டும். அதனால்தான் இங்கு திருநீறு பூசினாலும் துர்க்கனவு நுங்கு போல வழுக்கித் தூர நகர்வதில்லை, முருங்கை மரத்துப் பிசின்போலத் தொடர்ந்து ஒட்டியபடி வந்துகொண்டே இருக்கிறது.

மிடில் ஃபீல்ட் ரோட்டில் இருக்கும் ஐயப்பன் கோயிலுக்கு ஒருக்காய்ப் போனால் இந்தத் துர்க்கனவின் கொடுமை கலைந்து போகுமோ தெரியாது. ஆனால் இவன் ஐயப்பன் கோவிலுக்கு,

அங்கே குளிர்த்திச் சோறு நிறையக் காய்கறிகளோடு கொடுக்கும் நேரத்திற்கு மட்டுமே சரியாகப் போகின்றவன். தன்னை வழிபடுவதற்காய் அன்றி, கோயிற்சோறு சாப்பிடத்தான் இவன் இவ்வளவு சிரத்தையாக வருகின்றான் என்று தெரிந்தால் ஐயப்பனுக்குக் கோபம் வராதா என்ன? அதனால்தான் அவர் இவனுக்கான வரத்தை அருள் பாலிப்பதில்லையோ தெரியவில்லை. அத்தோடு ஐயப்பன் கோயிலுக்குப் போகும் ஒவ்வொரு தடவையும், முன்னால் பிஞ்ச் சந்தியிலிருக்கும் சமோசா கடையில் நாலைந்து சமோசாவைக் குளிர்த்திச் சோற்றுக்கு முன் ஒரு starterராய் சாப்பிட மறப்பதுமில்லை.

சமோசா சாப்பிட்டுவிட்டுக் கோயிலுக்குப் போவதில் ஒரு பிழையுமில்லை. ஆனால் அன்றைக்கொரு நாள் சமோசா சாப்பிட்டு விட்டுக் குளிர்த்திச் சோற்றுக்காய் காத்திருக்கும்போது பல்லுக்குள் ஏதோ இழுபடுதே என்று நாக்கால் துழாவிப் பார்த்துக் கொண்டிருந்தான். மரக்கறி சமோசாவிற்குள், முதல்நாள் வைத்த பழைய உருளைக்கிழங்கையோ அல்லது மரவள்ளிக்கிழங்கையோ போட்டிருக்கின்றார்களோ என்று விரலால் இழுத்துப் பார்த்தபோது, அது இறைச்சித் துணுக்காயிருந்தது கண்டு இவனுக்குச் சற்று அதிர்ச்சியாய்த்தானிருந்தது. சமோசா தந்த கடைச்சனம் அவசரத்தில் அசைவ சமோசாவை எடுத்துத் தந்துவிட்டார்கள் போலும். மச்சத்தைச் சாப்பிட்டுவிட்டு எப்படி இங்கே கோயிலில் நிற்பதென, வரிசையிலிருந்து வெளியே போக மனம் அந்தரப்பட்டாலும், இறைச்சி படைத்த கண்ணப்பன் நாயனாருக்கே அருள்பாலித்த கடவுள் தன்னையொன்றும் செய்யமாட்டாரென்று ஒரு சாட்டை மனதுக்குள் நினைத்துக்கொண்டு வரிசையில் சோற்றுக்காய்க் காத்திருக்கத் தொடங்கினான்.

(i)

அவனை அவர்களது வளாகத்து நிகழ்வில்தான் முதன்முதலில் சந்தித்திருந்தேன். அப்போது அவன் இரண்டாம் ஆண்டு படித்துக் கொண்டிருந்தான். முதலாமாண்டு மாணவர்களை வரவேற்கும் நிகழ்வு ஒன்றில் அவன் நிகழ்ச்சிகளை ஒருங்கிணைப்பவனாக இருந்தான். நான் வேறொரு வளாகத்தில் படித்துக்கொண்டிருந்தாலும், எங்களுக்கும் அழைப்பு வந்ததால் நானும் என்னுடைய தோழிகள்

சிலருமாய் *Frosh Week* நிகழ்வுக்குப் போயிருந்தோம். சற்று நகைச்சுவை கலந்து, அவன் நிகழ்வுகளைத் தொகுத்து வழங்கியது வந்திருந்தவர்களையும் கொஞ்சம் கலகலக்கச் செய்திருந்தது. பிறகு இரவு விருந்திற்கான உணவை எடுப்பதற்காய் நாங்கள் அருகருகில் வரிசையில் நிற்கவேண்டி வந்தபோது, 'நல்லாய் MC செய்தீர்கள்' என ஆங்கிலத்தில் சொன்னேன். 'நான் கோபம் வரும்போது ஆங்கிலத்தில் கெட்ட வார்த்தைகளைப் பேசுவேன், மற்றபடி தமிழ்தான் உரையாடலுக்கான மொழி' என்று என்னைக் கொஞ்சம் வெட்டிப் பேசியபோது முதலில் எனக்கு அவனை அவ்வளவாய்ப் பிடிக்கவில்லை.

இந்தத் திமிர் பிடித்தவனைவிட, இரசிப்பதற்கு நிறையப் பெடியங்கள் அங்கு இருந்ததால் அவன் குறித்து நான் பிறகு பெரிதாக அக்கறைப்படவில்லை. ஆனால் அன்று நான் அணிந்து போயிருந்த சேலைதான் எனக்குச் சரியாகக் கஷ்டத்தைத் தந்து கொண்டிருந்தது. *You see*...தந்தூரி சிக்கனும் பிரியாணியும் தந்த ருசியில் அளவு கணக்கில்லாது சாப்பிட்டுவிட்டேன் போலும். சேலையைவிடக் கொஞ்சம் தளர்வான ஆடை ஏதேனும் அணிந்து வந்திருந்தால் இவ்வளவு கஷ்டப்பட வேண்டியிருந்திருக்காது. அழைப்பிதழில் *Dress Code* முக்கியமென.... பெண்கள் 'சேலையும்' ஆண்கள் 'கோர்ட் சூட்டும்' அணிந்து வரவேண்டுமென எழுதிப் போந்த முட்டாளை மனதுக்குள் திட்டிக்கொண்டிருந்தேன். ரெட் வைனையும் இரவுச் சாப்பாட்டோடு சேர்த்து அருந்தியதால் ஒருவித மந்தநிலை எனக்குள் வந்திருந்தது. விருந்து முடிந்து, நடனம் ஆடுவதற்கான தளத்தில் இசையும் பேரிரைச்சலோடு எழத்தொடங்கி விட்டது. ஆடு ஆடு என்கின்றன கால்களும் குடித்த வைனும், ஆனால் ஆடினால் சிக்கலாகிவிடும் என்று வயிற்றுக்குள் போன மட்டன் பிரியாணி முணுமுணுப்பது போலத் தோன்றியது. கூடவே வந்திருந்த தோழிகளும் ஆடத்தொடங்கிவிட்டனர், வந்து தங்களோடு ஆடென்று ஒவ்வொரு பாடலும் முடிகிற மற்றும் தொடங்குகின்ற நேரங்களில் வந்து, கதிரையில் இருந்த என் கைகளை இழுத்து அரங்கத்துக்குக் கூட்டிச் செல்ல மிகவும் பிரயாசைப்பட்டுக்கொண்டிருந்தனர்.

இனித்தான் கவனமாயிருக்கவேண்டும். ஒளி மங்கலாக மாறத் தொடங்கத் தொடங்க, நல்லாய்த் 'தண்ணி'யை மொண்டு

குடித்துவிட்டு நிற்கின்ற எந்தப் பெடியனும் நாயைப் போல ஆகிவிடும் ஆபத்துண்டு. ஓர் அற்புதமான கொண்டாட்ட மனோநிலையை எப்படிக் கணநேரத்தில் குழப்பிவிடுவது என்ற வித்தையை எங்கள் தமிழ்ப் பெடியங்களிடம்தான் கேட்கவேண்டும். இவர்கள் குடிபோதையில் தங்களுக்குள்ளே அடிபடுவார்கள், இல்லாவிட்டால் தங்களின் காதலிகளைக் காரணங்காட்டி அடிபடுவார்கள், சிலவேளை காரணம் எதுவுமில்லாமலே அடிபடுவதற்காகவே அடிபடுவார்கள். எனவே எந்த நேரத்தில் எந்த எரிமலை வெடித்துக் கிளம்பும் என்று எவருக்கும் தெரியாது. எரிமலை வெடித்தால் கூடப்பரவாயில்லை. பிறகு அது வருடக்கணக்காய்க் கண்ணிவெடிகள் மாதிரி விட்டு விட்டு ரொறொண்டோ நகர் முழுதும் அங்கு இங்குமாய் வெடித்துக்கிளம்பிப் பிரச்சினைப்பட்டுக்கொண்டிருப்பார்கள்.

இப்படி ஆடிக்கொண்டிருக்கும்போதுதான் போதையில் ஊறிய ஒருவன் என்னோடு தனவிக்கொண்டிருந்தான். ஒழுங்காய் நின்று ஆடவே வலுவில்லாதவன் அவ்வப்போது 'சோளி கே பீச்சே க்யா ஹே?' என்று என்னைப் பார்த்து இளித்துக் கேட்டுக்கொண்டிருந்தான். எனக்கு வந்த எரிச்சலுக்கு அவனுக்குச் செவிட்டில் அறையவேண்டும் போலத் தோன்றியது. ஆனால் அறைந்தால் எல்லோரினதும் கவனமும் எங்கள் மீது குவிந்துவிடும். இந்தக் கொண்டாட்ட மனோநிலையும் பிறகு எல்லோரிடமிருந்து விடைபெற்றுப் போய்விடவும் கூடும். மெல்ல மெல்லமாய் அவனோடு சேர்ந்து ஆடுகின்றமாதிரி அவன் திசையில்போய் என்னுடைய ஹீல்ஸால் நன்றாக மிதித்துவிட்டேன். அவனுடைய பார்ட்டி ஷூவையும் தாண்டி அவனது கால்களுக்குள் வலி போயிருக்கும். ஒற்றைக்காலில் கெந்தியபடி கொஞ்சம் தடுமாறித் தடுமாறி ஆட்ட அரங்கைவிட்டு நகர்ந்திருந்தான்.

'ஏன்டா நொண்டுகின்றாய்?' என்று யார் கேட்டாலும் 'ஒரு பெட்டை ஹீல்ஸால் மிதித்துவிட்டாள்' என்று சொல்ல அவனது ஆம்பிளைத்தனம் விடாது என்பது என்னைப் போன்றவர்களுக்கு நன்கு தெரியும். இனி சோளிக்குள் என்ன இருக்கிறது என்று கேட்க நினைக்கும்போதெல்லாம் காலில் ஹீல்ஸ் இருந்தது மட்டும் தெளிந்த உண்மை என்பது அவனுக்கு நினைவுக்கு வருமென நினைக்கின்றேன்.

இப்படியாக இந்த Frosh Week Partyயில் நல்லதொரு நினைவுப்பரிசை வம்புக்காரனுக்கு கொடுத்துவிட்ட சந்தோசத்தில் திளைத்துக்கொண்டிருந்தபோது, என்னெதிரே இவன் ஆடிக்கொண்டிருந்ததை முதலில் கவனிக்காமல் விட்டுவிட்டேன். பெடியன் பரவாயில்லை, கொஞ்சம் நல்ல ஸ்ரெப்ஸோடு ஆடுகின்றான்தான், ஆனால் தானொரு பாடகன் Usher என்ற நினைப்பில் கை காலை அரங்கில் விரித்து ஆடியதுதான் சற்று விநோதமாய் இருந்தது.

நான் இந்தத் திமிர்க்காரனின் ஆட்ட நகர்வுகளை மறுதலித்து எனக்கான வெளியில் ஆடிக்கொண்டிருக்கும்போது, 'என்ன பாட்டுப் பாடி ஆடினால்தான் என்னோடு சேர்ந்து ஆடுவீர்களா?' என்று சிரித்தபடி கேட்டான். ஆ....! இவ்வளவு நேரமும் இங்கு நடந்ததை ஒருவரும் அவதானிக்கவில்லை என்று நான் நினைத்துக் கொண்டிருந்தேனே, இவன் பார்த்திருக்கின்றான் போலிருக்கிறதே என்று எனக்குள் சிறு பதற்றம் பரவத்தொடங்கியது. ஆனால் அதை வெளியில் காட்டிக்கொள்ளாமல், 'அப்படியொன்றுமில்லை உங்கடை யூனிப்பெடியங்களுக்கு சும்மா காற்றில் கை காலை மட்டும் அசைக்கத்தான் தெரியும் என்று நண்பர்கள் சொல்லி யிருக்கின்றார்கள்; இப்போது அதை நேரிலேயே பார்க்கிறேன்' என்று சற்று ஏளனமாகச் சொன்னேன்.

அநேகமான ஆண்களைப் போல, இவன் என்னிடம் என் கைத்தொலைபேசியின் எண்களைக் கேட்டான். நானும் அநேகமான பெண்களைப் போல 'அந்நியர்களிடம் எனது எண்களைப் பரிமாறிக் கொள்வதில்லை' எனத் தெளிவாகப் பதில் கூறினேன். அப்படியா, சரி என்று அதிகம் அலட்டிக்கொள்ளாமல் அவன் தொடர்ந்து ஆடிக்கொண்டிருந்தான். அதிகம் பேசமுடியாதபடிக்கு இசை மிகுந்த அதிர்வாயிருந்தது. முக்கியமாய் எனது சேலை நுனியை ஒருமுறையாவது இழுத்துப் பார்க்கவேண்டும் என்பதற்கான எந்த நகர்வையும் அவன் எடுக்காதது எனக்குச் சற்றுப் பிடித்திருந்தது. நேரம் நள்ளிரவைத் தாண்டி வீடு திரும்பும்வேளையில், 'வேண்டும் என்றால் உனது தொலைபேசி எண்ணைத்தா, எப்போதாவது எனக்கு உன்னை அழைக்கவேண்டும் போலிருந்தால் அழைத்துக் கதைக்கின்றேன்' என அவனது எண்களை வாங்கிக்கொண்டேன். அதன் பின் வந்த நத்தார் விடுமுறையில் வகுப்புகள் இல்லாது வந்த

தனிமையில் யாராவது நண்பர்களை அழைத்துப் பேசுவோம் என்று கைத்தொலைபேசியை scroll செய்து கொண்டுபோனபோது MCயென இவனது பெயர் சேகரம் செய்து வைத்திருந்தது தெரிந்தது.

முதன்முதலாக அவனை அழைத்தபோது என்னை மீண்டும் அவனுக்கு நினைவுபடுத்தவேண்டியிருந்தது. சிலவேளைகளில் எனக்குத் தந்ததுபோல இப்படி நிறையப் பெண்களிடம் தன் தொலைபேசி எண்ணைக் கொடுத்திருப்பானோ என்ற சந்தேகம் வரத்தான் செய்தது. அன்றைய பொழுது அவ்வளவாய் அவனோடு கதைக்கமுடியவில்லை. கல்கரியில் படித்துக்கொண்டிருக்கும் அக்கா விடுமுறைக்காய்த் தங்களோடு வந்து நிற்கின்றார் என்றான். தமது அக்கா, அண்ணா, அப்பா, அம்மாமார்களுக்கு முன்னால் ஏன்தான் எங்கடை பெடியள் இவ்வளவு பம்மிப் பவ்வியமாய் நடிக்க மிகக் கஷ்டப்படுகின்றார்களோ தெரியவில்லை. இப்படிப் பதுங்குகின்ற பூனைகள் பிறகு பொதுவெளியில் பெண்களைக் கண்டால் எப்படிப் பிறாண்டுபடுவார்கள் என்பதை நாமறியாதவர்களா என்ன?

இவ்வாறாகத் தொடங்கிய அறிமுகம் கிட்டத்தட்ட ஒரு வருடத்திற்கும் மேலாய் டேட்டிங் போவதுவரை நீண்டிருந்தது. எப்போதுமே புதிதாய்த் தொடங்கும் எதுவுமே புத்துணர்ச்சியாகவும் வேகமாகவும் இருப்பது போல எங்கள் உறவும் நன்றாகத்தான் போய்க்கொண்டிருந்தது. இப்போது யோசித்துப் பார்த்தால், கிட்டத்தட்ட சித்தியடையமாட்டேன் என்று நினைத்து, பரீட்சை எழுதப் பயந்துகொண்டிருந்த ஒரு பாடத்தின் பரீட்சைக்கு, என்னோடு கூடவே வந்து நான் பரீட்சை எழுதி முடியும் வரை என்னோடு அவன் கூட இருந்ததை நினைத்தால் இதமாக இருக்கிறது. 'நீ பரீட்சையில் பாஸ் பண்ணுவாய்' என்று பரீட்சை ஹோலுக்குப் போகுமுன்னர் எனது நெற்றியில் அவனிட்ட விபூதி இப்போதும் மணப்பதுபோலத்தான் தோன்றுகின்றது. அது இரவு நடந்த பரீட்சை என்றபடியால் பத்து மணியாகிவிட்டது. வெளியே சரியான குளிரும். வீட்டுக்குத் திரும்பி வரும்போது அவன் கதகதப்புக்காய்க் குடித்துக்கொண்டிருந்த சிகரெட்டை வாங்கி நான் முதன்முதலாய் உள்ளிழுத்துப் புகையும் விட்டுமிருக்கின்றேன்.

★

2.

அவளோடான ஒன்றரை வருடத்திற்கு மேலான நேசத்தில் மனமொடிந்துபோகிற மாதிரி பெரிதாய் எதுவும் எங்களுக்கிடையில் நிகழாதபோதும், ஏதோ ஓர் இடைவெளி எங்களுக்குள் வந்த மாதிரித் தோன்றியது. இந்தக் காலகட்டத்தில்தான் எனக்கு துஷாவினது நட்புக் கிடைத்தது. நான் சப்வேயில்தான் வளாகத்துக்குப் போய்க்கொண்டிருந்தேன். துஷாவைச் சந்தித்தது சென்.கிளேயர் ஸ்ரேசனில்தான். இருவரும் வகுப்புகளுக்குப் போகும் நேரம் ஒன்றாக இருந்ததனால் அடிக்கடி காலைவேளைகளில் அவளை நான் காண்பதுண்டு. ஆரம்பத்தில் புன்னகையில் தொடங்கிய சந்திப்பு பிறகு ரெயினுக்குள் கதைத்துக்கொண்டு போகும்வரை நீண்டது. இருவரும் ஒரே வளாகத்தில் படித்துக்கொண்டிருந்ததால் பேசுவதற்கு நிறைய விடயங்கள் இருந்தன.

அப்போதுதான் எங்கள் வளாகத்திலும் தமிழர், சிங்களவர் என்ற பிணக்குப்பாடு வந்து தமிழருக்கென ஒரு மாணவர் அமைப்பும், இலங்கையருக்கென இன்னொரு மாணவர் அமைப்பும் உருவாகி இங்கேயும் ஈழத்தைப் போல அரசியல் சூடு பிடிக்கத் தொடங்கியிருந்தது. நான் தமிழ் மாணவர் அமைப்பில் அங்கத்துவனாய் இருந்தாலும் அவ்வப்போது சிங்களவர்களால் நடத்தப்பெற்ற இலங்கையர் அமைப்புக் கூட்டங்களுக்கும் போவதுண்டு. ஒன்றுபட்ட 'தேசிய' இலங்கையில் எனக்குப் பெரு விருப்புப் போல என்று நீங்கள் தவறாக நினைக்கக்கூடும். அப்படியேதுமில்லை, நல்ல வடிவான சிங்களப் பெட்டையள் அங்கே அடிக்கடி வந்து போய்க்கொண்டிருந்ததுதான் முக்கிய காரணம்.

எங்கடை தமிழ்ப்பெட்டையள் காலநிலைக்கேற்பவோ, தங்கள் விருப்புக்கேற்பவோ ஆடைகள் அணிவது 'புராதன தமிழ் மூளை' கொண்ட பலரால் அனுமதிக்கப்படுவதில்லை. கச்சானை வாய்க்குள் போட்டுச் சப்பிக்கொண்டிருப்பது மாதிரி எப்போதும் புறணி சொல்லிக்கொண்டேயிருப்பார்கள். சிலவேளைகளில் இதையும் மீறிப் பெண்கள் நடந்துகொண்டால், அந்தப் பெண் குறித்து இல்லாததும் பொல்லாததுமாய் மின்னஞ்சல்களை அனுப்பி

குறிப்பிட்ட பெண்களுக்கு மனவுளைச்சல்களைக் கொடுக்கவும் தயங்கமாட்டார்கள். இவ்வாறான பிரச்சினைகள் எதுவும் இலங்கையரின் அமைப்பில் பெரிதாக நடைபெறுவதில்லை. அதுவும் அவர்கள் கிறிஸ்மஸ் நேரங்களில் செய்யும் பார்ட்டிகளும், பிறகு நடைபெறும் களியாட்டங்களும்...இதெல்லாம் தமிழ் மாணவர் அமைப்பில் கனவில் கூட நினைத்துப் பார்க்க முடியாது.

தமிழ் நிகழ்வுகளுக்கு வருகின்ற முக்கால்வாசி சனம், தாங்களும் அக்கொண்டாட்டத்தின் ஒரு பகுதியாக மாறிக் களிப்படைவதை விட்டுவிட்டு 'எந்தப் பெட்டை எந்தப் பெடியனோடு கதைத்தாள், எந்தப் பெடியனோடு நெருக்கமாக ஆடினாள்' என்று கண்காணிப்பதிலேயே பெரும் நேரத்தைச் செலவளிப்பார்கள். இது பெடியங்களுக்கு மட்டுமான மனோநிலையல்ல, சாதாரணமாய் வருகின்ற பெண்களையும் தங்களைப் போலவே விடுப்புப் பார்க்கும் மனோநிலைக்கு மாற்றிய பெருமை இவ்வாறான ஆண்களுக்கே உண்டு.

துஷாவிற்குத் தமிழ் அமைப்பில் சேர அவ்வளவாய் விருப்ப மிருக்கவில்லை. தமிழ் மாணவர் அமைப்பில் தீவிரமாய் விவாதிக்கப்படும் ஈழ அரசியல் அவளுக்குப் பிடிப்பதில்லை. அவளது தகப்பனிற்கும் மாமாவிற்கும் ஈழத்திலிருந்த ஏதோவொரு இயக்கம் பெரிதாய்க் கஷ்டம் கொடுத்து மயிரிழையில் தப்பிவிட்டதாய் ஒருமுறை சொல்லியிருந்தாள். எனக்கும் இடியப்பச் சிக்கலுள்ள ஈழப்பிரச்சினை அவ்வளவாய் விளங்கியதில்லை. எனவே நானும் அரசியல் பேசுவதிலிருந்து விலகியிருந்தேன். மேலும் துஷா போன்றவர்களுடன் பழகுவதற்கு அரசியல் தெரியாததுபோல இருப்பதுதான் சாலவும் சிறந்தது. ஆனால் ஈழ அரசியல் பேசுவதை அடியோடு மறுத்த துஷா, சங்கீத வகுப்புக்கும் வீணை வகுப்புக்கும் போனதுதான் எனக்கு வியப்பாயிருந்தது. சிலவேளை ஈழத்திலிருந்து துரத்தியடிக்கப்பட்ட அப்பாவுக்கும், மாமாவுக்கும் தமிழ்த்துவத்தின் மீது பிடிப்பிருந்து அவளுக்கும் இது கடத்தப்பட்டிருக்கலாமோ தெரியாது.

அவள் ஒருமுறை வீணையைத் தாங்கியபடி நீலக்கலர் சாறியோடு இருந்து எடுத்த புகைப்படத்தைக் காட்டியது நினைவிருக்கிறது. இடுப்பை மூடியிருந்த சேலையைத்தாண்டி

அவள் தொப்புளில் வளையமொன்றை அணிந்திருந்ததை முதன்முதலில் நான் கண்டறிந்ததும் அப்போதுதான். பிறகு நத்தார் விடுமுறைக்காய் 'இலங்கையர்கள் அமைப்பு' ஒழுங்குசெய்த கொண்டாட்ட இரவின்போது நான் கொஞ்சம் எஸ்கஸி எடுத்திருந்தேன். அன்றைய இரவில்தான் சிங்களத்தோழனின் அடுக்ககத்தில் நான் அவளின் தொப்புளின் வளையத்தை ஆடையெதுவுமின்றிக் கண்டது. எம் பாதுகாப்பின் பொருட்டு Condom அணியத் தயாராகியபோது அதற்கான அவசியமில்லை தான் pillsல் இருக்கின்றேன் என்றாள்.

★

II

அவன் என்னோடு இப்போது அவ்வளவாய்க் கதைப்பதில்லை, நேரில் சந்திக்க ஆர்வம் கூடக் காட்டுவதில்லை என்பதைப் பார்க்கும்போது அவனது பக்கத்தில் வேறு ஏதோ மும்முரமாய் நடந்துகொண்டிருக்கின்றது என்பதை என்னால் உய்த்துணர முடிந்தது. 'ஏன் நீ என்னை இப்போது முன்போல் சந்திப்பதில்லை, போனில் பேசுவதில்லை?' என்று ஒருமுறை கேட்டபோது தனது அக்காவின் திருமணம் விரைவில் நடைபெறப்போவதாகவும், அதற்கான ஆயத்தங்களில் இருப்பதாகவும் கூறினான். ஒரு அக்காவின் திருமணத்திற்காய் நாலைந்து மாதங்களுக்கு மேலாய் இப்படி பிஸியாக இருப்பவனை இப்போதுதான் என் வாழ்வில் சந்திக்கின்றேன். நல்லவேளை அவனுக்கு நாலைந்து அக்காமாரோ தங்கச்சிமாரோ இல்லையென நினைத்துக்கொண்டேன். இல்லா விட்டால் நான் சமாதிக்குள் போகும்வரை அவனைச் சந்திக்க முடியாதபடி 'திருமண' விடயங்களில் ஓடிக்கொண்டிருந்திருப்பான்.

தொடக்க காலத்தில் இப்படி அவன் ஆகியது எனக்கு மிகக் கஷ்டமாய்த்தானிருந்தது. சின்ன சின்ன செய்கைகளில் தன்னையொரு நல்ல துணையென அவன் காட்டியதால் அவனை விட்டு விலகுவது எனக்கு மன உளைச்சலைத் தருவதாய் இருந்தது. அப்போது தோழியொருத்திதான் என்னை ஆற்றினாள். அவளில்லாதிருப்பின் இவ்வளவு விரைவில் இந்த உளைச்சலிருந்து வெளியில் வந்து, எனது பட்டப்படிப்பை முடித்திருக்கவே முடியாது. அவனை எனது வாழ்விலிருந்து கொஞ்சம் கொஞ்சமாக மறக்கத் தொடங்கியிருந்தேன்.

பெப்ரவரியில் வந்த ஒருவார விடுமுறையில் நானும் தோழியும் ஜமேக்காவுக்குப் போயிருந்தோம். தங்கும் ஹொட்டல்,சாப்பாடு எல்லாம் சேர்ந்த பக்கேட்ஜ்தான் எடுத்திருந்தோம். நாங்கள் போயிருந்த காலம் அங்கு மழைக்காலம். அவ்வப்போது தூறுகின்ற மழையும், சட்டென்று வெயில் எறிப்பதுமாய் இருந்த காலநிலை எங்களுக்குப் பிடித்தமாயிருந்தது. அத்தோடு நாங்கள் தங்கியிருந்த கிங்ஸ்டனில் வேலை செய்துகொண்டிருந்த பெண்களும் ஆண்களும் நன்கு அன்பாய் எங்களுடன் பழகியிருந்தார்கள். உல்லாசப் பயணிகளாய் வந்திருந்த அனேகர் ஹொட்டலின் சுற்றாடலுக்குள் முடங்கியிருக்க, நாங்களோ வெளியிடங்களுக்குப் பயமின்றித் திரிந்தோம். அவ்வாறு போகும்போது நாங்கள் மண்ணிறக்காரிகள் என்பதால் புறநகர்ப்பகுதியில் இருந்த சனங்களும் எங்களை வித்தியாசமாய்ப் பார்க்கவில்லை. தோழி ஏற்கெனவே உயர் கல்லூரியில் இரண்டு மூன்று ஸ்பானிஸ் வகுப்புகள் எடுத்திருந்ததால், தெரிந்து வைத்திருந்த அடிப்படை ஸ்பானிஸ்... பாதை தொலைந்து விடாதிருக்க..., உணவகங்களுக்குச் சென்று சாப்பிட..., அங்காடிகளில் பொருட்களை வாங்க... என நன்கு பிரயோசனப்பட்டது.

அந்த விடுமுறையில் நான் நிறைய விடயங்களை அறிந்து கொண்டேன். அவற்றில் பல எனக்குப் புதியதாகவும் பிடித்தமானதாகவும் இருந்தன. வகுப்புகளில் பக்கங்களாய்ப் படித்த பலவற்றை அனுபவரீதியாக உணர்ந்துகொண்டேன். ஒரு பெண்ணாய் எனக்கான தனித்துவமான முடிவுகளை இனி எதிர்காலத்தில் எடுக்கமுடியும் என்ற துணிச்சலை இந்த நாட்கள் எனக்கு ஏதோவொரு புள்ளியில் உணர்த்திவிட்டுச் சென்றிருக்கென நம்புகின்றேன். எவ்வளவு குதூகலத்தோடு நான் ஜமேய்க்காவில் இருந்தேனோ அதற்கு எதிர்மறையான மனோநிலையோடு ரொறொண்டோ பியர்சன் விமான நிலையத்தில் வந்திறங்கினேன். எனினும் இந்தப் பயணம் இந்த உலகை வேறுவிதமாய்ப் பார்க்க, நான் யார் என்பதை ஆழமாய் அறிந்து கொள்ள உதவியதிலென பல்வேறுவிதத்தில் என்றென்னும் நினைவில் கொள்ளக்கூடியதாய் அமைந்துவிட்டிருந்தது.

3.

துஷா அன்று எனது வீட்டுக்கு வந்தபோது வானம் கருஞ் சாம்பலாயிருந்தது. பனி கொட்ட இன்னும் ஆரம்பிக்கவில்லை யெனினும் காற்றின் நிமித்தம் குளிர் மிக மோசமாய் இருந்தது. இனி எல்லா மரங்களும் இலைகளும் உதிர்ந்து நிர்வாணமாய் நிற்கப்போகின்றன. இந்தக் கொடுங்குளிரில் நிர்வாணமாய் நிற்பது மரங்களுக்கு மட்டுமே சாத்தியம். வழமையாக வரும் துஷாவைப் போல அவள் இன்றிருக்கவில்லை; எதையோ பறிகொடுத்தாற்போல அவளது முகம் இருந்தது. சிலவேளை இதுவரை இணைந்துகொள்ளாத தமிழ் மாணவர் அமைப்பில் சேர்ந்துவிட்டாளோ என்ற சந்தேகம் வந்துவிட்டது. ஏனெனில் அங்குப் போகத் தொடங்கிவிட்டால் உங்களையறியாமலே ஓர் இருட்திரை உங்கள் முகங்களுக்கு முன் தொங்கத் தொடங்கிவிடும். சாச்சா... துஷா இப்படியொரு விஷக்குளத்தில் இறங்கியிருக்கமாட்டாளென்று என் மனம் கூறியது. நான் கேற்றிலில் நீரைச் சூடாக்கிக்கொண்டு பாலை அடுப்பில் வைத்து சூடாக்கத் தொடங்கினேன். குளிருக்குள் வந்தவளுக்கு அளவான சூட்டுடன் கொடுக்கும் தேநீர் பிடிக்கும் என்பது எனக்கு நன்கு தெரியும்.

'இப்ப ரீ தேவையில்லை, உன்னோடு கதைக்க வேண்டியிருக்கிறது.'

'அப்படியா..! சரி என்னவென்று சொல்.'

'இல்லை, இனி நாங்கள் இப்படிச் சந்திக்கிறது எல்லாம் சரிவராது போலத்தெரிகிறது.'

பிறகு, எங்களின் உரையாடல் கொதித்துக்கொண்டிருந்த பாலைவிட அதிகம் சூடாகி, நான் அவள் முன்பொருமுறை நேசமுடன் வாங்கித்தந்த புத்தர் சிலையை நிலத்தில் எறிந்து எனது கோபத்தைக் காட்டும்வரை போய்முடிந்தது. உடைந்து நொறுங்கிய புத்தரின் கண்கள் உற்றுப் பார்த்துக்கொண்டிருக்க, துஷா என்னைவிட்டு என்றென்றைக்குமாய்ப் பிரிந்துபோனாள்.

துஷா என்னைவிட்டுப் போனதன்பிறகு புதிதாய் எவரையும் டேட்டிங் செய்யும் எண்ணம் வரவில்லை. கட்டற்றுத் துள்ளிக் கொண்டிருந்த இளமை வடிந்து போயிற்றுப் போலும். ஏற்கெனவே

மூன்று பாடங்களில் பெயிலாக இருந்த நான் இம்முறையும் அந்தப் பாடங்களில் பாஸாகாவிட்டால், ஒரு வருடத்திற்கு வளாகத்தில் probation தந்துவிடுவார்கள். பிறகு படிப்பதற்கான கடனுதவியையும் தரமாட்டார்கள். படித்துப் பட்டதாரியானவர்களே ஒழுங்காய் ஒரு வேலை எடுக்கமுடியாது சும்மா வீட்டிலிருக்கையில், அரைகுறையில் படிப்பு நிற்கும் நான் எவரிடமும் வேலை கேட்டும் போகமுடியாது. எனவே இம்முறை கொஞ்சம் கவனமெடுத்துப் படித்து, நான்காம் ஆண்டை முடித்தால் ஒரு பட்டத்தை எடுத்துவிடலாம் என்று வகுப்புக்களுக்கு ஒழுங்காய்ப் போகத்தொடங்கினேன். எனது பட்டமளிப்பு முடிந்தபோது இவள் நான்காம் ஆண்டில் படித்துக்கொண்டிருந்தாள். துஷாவோடு சுற்றித்திரிந்ததில் இவளை மறந்து இடையில் கிட்டத்தட்ட இரண்டு வருட இடைவெளி வந்துவிட்டது.

ஒருநாள் பழைய ஞாபகங்கள் கிளற, எனது முன்னாள் 'கிளி' கூண்டைவிட்டுப் போயிற்றா அல்லது ஒரு துணைக்காய் மோனத்தவத்தில் இன்னும் காத்திருக்கிறதா என்பததை அறிய ஒரு மெயிலைத் தூதுவிட்டேன். வந்த நீண்ட பதிலில், ஏதோ நிர்ப்பந்தத்தால் அவள் வீட்டை விட்டு வெளியே வாழத் தீர்மானித்திருந்தது போலத் தோன்றியது. ஆயிரமாண்டுக்குப் பின் வராது வந்த மாமணியென அவளோடு நான் மீண்டும் சமரசமாகி விட்டேன்.

★

III.

இவ்வளவு காலமும் என்னைப் புறக்கணித்துவிட்டு இரண்டு வருடத்திற்குப் பிறகு ஒரு மெயிலை இவன் அனுப்பியிருந்தான். எல்லாவற்றையும் மறந்து அல்லது கடந்தகாலத்தை நினைவூட்டாது இருவரும் மீண்டும் டேட்டிங் செய்யத் தொடங்கியிருந்தோம். ஒரு நாள் இரவு நாங்கள் 'கெல்சி'யிற்குச் சாப்பிடப் போயிருந்தோம். இவன் கழிவறைக்குப் போயிருந்த நேரம் இவனது கைத்தொலை பேசியைச் சும்மா தோண்டியபோது துஷா@.... என்ற பெயரில் தொலைபேசி எண் ஒன்று பதிவு செய்திருந்ததைப் பார்த்தேன். அட

இது எனது தோழிக்குப் பழக்கமான துஷாவல்லவா என்று இழையொன்றின் நுனியைப் பிடித்து, பிறகு துஷாவுக்கும் இவனுக்கும் கடந்தகாலத்தில் இருந்த உறவின் முழுப் பரிமாணத்தையும் அறிந்துகொண்டேன்.

நான் மிகுந்த சிக்கலுக்குள் இவன் திரும்பி வந்த காலகட்டத்தில் இருந்தேன். அந்தக் காலகட்டத்தைப் போல நான் மனவுளைச்சலுக்கு உள்ளான ஒருபொழுது என்றுமே இருந்ததில்லை. எனது நிலைப்பாட்டை.... எனது சுயத்தை.... எனது பெற்றோருக்காவது விளங்கப்படுத்த முடியுமென அவர்களோடு போராடிக் கொண்டிருந்தேன். அவர்கள் என் மீதான எல்லாக் கயிறுகளையும் இறுக்கத்தொடங்கியிருந்தனர். தற்கொலை செய்யலாமோ என்றுகூடப் பலமுறை அந்த நேரங்களில் நினைத்துக்கொண்டதுண்டு. இவ்வளவு காலமும் என் வாழ்வின் ஒரு பகுதியாயிருந்த பெற்றோரைச் சட்டென வெட்டிவிட்டும் போக முடியவில்லை. என்னிடம் எதுவும் கேட்காமலே எனக்கான திருமண விடயத்தை அவர்கள் தீவிரமாக்கத் தொடங்கினர்.

இந்த விடயத்திலிருந்து உடனடியாகத் தப்பவேண்டும், இல்லாவிட்டால் காலம் முழுக்கக் கண்ணீரோடு கழிக்க வேண்டியிருக்கும் என்ற யோசனையிலிருந்தபோதே இவன் மீளவும் எமது உறவைத் தூசி தட்டிப் புதுப்பிக்க விரும்பி எனக்கொரு மெயிலை அனுப்பியிருந்தான். இப்போதைக்குத் தெரியாத பேய்க்குக் கழுத்தை நீட்டுவதைவிட தெரிந்த பிசாசுக்குச் சம்மதம் தெரிவிப்பது நல்லதென நினைத்து இவனைத் திருமணம் செய்வதற்குச் சம்மதம் தெரிவித்து இருந்தேன்.

★

4.

இவளுடைய நச்சரிப்பைத் தாங்க முடியாமல்தான், இப்போது ஐயப்பன் கோயிலில் எண்ணெய் சாத்துவதற்காய்க் கால்கடுக்க நிற்கவேண்டியிருக்கிறது. குளிர்த்திச் சோற்றுக்காய் நிற்கும் மற்ற கியூவில் போய் நிற்க எனக்கு விருப்பமிருந்தாலும், 'கோயிலுக்குப் போவது கும்பிடத்தான்' என்பதில் உறுதியாய் நிற்பவளின் விழிகள், நான் மற்ற கியூவில் போய் நின்றால் சிவந்துவிடும் ஆபத்துமிருக்கிறது.

ஐயப்பன் ஒரு பிரமச்சாரி என்றும் பெண்கள் எல்லாம் ஐயப்பன் கோயிலுக்குள் போகக்கூடாது என்றும் அல்லவா கேள்விப்பட்டிருக்கின்றேன். இப்படி நீங்கள் பெண்களை விடுகிறது நியாயமா என்று இந்த அறங்காவல் சபையிடம் யாராவது கேள்வி கேட்டுப் பெண்கள் கோயிலுக்கு வருவதைத் தடை செய்தால், நான் நிம்மதியாய் எனக்குப் பிடித்த குளிர்த்திச் சோற்றைச் சாப்பிட்டுவிட்டு என்பாட்டில் போய்விடலாம். சா...என்ன உலகமிது. புலம்பெயரப் பெயர தமிழ்ப்பெண்கள் மட்டுமில்லை, சாத்திர சம்பிரதாயங்களும் மாறிவிடுகின்றன.

ம்...இப்போது நினைத்தாலும் கொஞ்சம் வியப்பாய்த் தானிருக்கிறது; இடையில் நான் பல திருகுதாளங்களைச் செய்தபின்னும் எந்தக் கேள்வியும் கேட்காது என்னை அதேமாதிரி இவள் ஏற்றுக்கொண்டிருக்கின்றாள். எவ்வளவுதான் நாங்கள் விளையாட்டுப் பிள்ளையாக இருந்தாலும் இறுதியில் எல்லாவற்றையும் சகித்துக்கொள்வதில் சிலையாக நிற்கும் சாமிகளைவிட உறுதியாகத்தான் இவளைப் போன்ற பெண்கள் நிற்கின்றனர் என்பதை ஏற்றுக்கொண்டாக வேண்டும். இவளைப் போன்ற பெண்களை நடமாடுந் தெய்வங்கள் என்று அழைப்பதில் எவ்விதத் தப்பும் இல்லைத்தான். இப்போது சுடிதாரில் வந்திருக்கிற இவளுக்கு, நான் அணிந்து வரக்கட்டாயப்படுத்திய தாலி இன்னும் அழகைக் கொடுக்கிறது. ஆனால் வளாக காலத்தில் எங்கள் இருவருக்குமிடையில் இருந்த அந்நியோன்னியம், எல்லாவற்றையும் பகிரும் ஆவல் எல்லாம் எங்கையோ இந்தத் திருமணத்தின்பின் வடிந்துபோனது போலத்தான் தோன்றுகின்றது. ஏன் இரவுகளில்கூட அவ்வளவு உற்சாகமில்லை; படுக்கையில் ஒவ்வொருமுறையும் ஏதோவொரு சாட்டுச்சொல்லி இவள் கவனத்தைத் திசை திருப்பிக்கொண்டிருப்பது ஏனென்றும் விளங்கவில்லை.

★

IV.

இவனோடான திருமணத்தின்பின் நான் யாரென்பது மிகத் தெளிவாக எனக்கு விளங்கியது. என்னைச் சிலவேளைகளில் இவன் ஒரு விளையாட்டுப் பொருளாய்ப் பாவித்தது குறித்த கோபமிருந்தாலும் என் மீது இவன் இப்போது வைத்திருக்கும் அன்பில் எவ்விதச் சந்தேகமுமில்லை. எனது நிலையை எப்படி இவனுக்கு எடுத்துச் சொல்வது என்பதும் எனக்கு விளங்கவில்லை. ஆனால் இப்படியே இருக்கமுடியாது. எனக்குரியதற்ற இந்தவெளியில் நான் எல்லாவற்றையும் மூர்க்கமாய் நிராகரித்துக் கொண்டும் கோபித்துக்கொண்டும் இருப்பது எனக்கு விளங்கத்தான் செய்கின்றது. எனக்கான முடிவை விரைவில் எடுக்கவேண்டிய கட்டாயத்துக்குத் தள்ளப்பட்டுக்கொண்டிருக்கின்றேன்.

V.

(ஏழு மாதங்களுக்குப் பின்...)

கலீஸ்தினோ, தயவு செய்து இதற்கு மேல் என்னை எதுவும் வற்புறுத்தாதே. நான் சொல்லும் உண்மையை ஏற்றுக்கொள்ள இந்தச் சமூகமோ அல்லது இதை வாசிக்கப்போகின்றவர்களோ இன்னும் தயாரில்லை. ஆனால் உண்மை எப்போதும் எல்லோரையும் திருப்திப்படுத்துவதாகவும் இருப்பதில்லை. அது ஓர் அழியாச்சுடர் போலத் தன்விருப்பில் ஒளிர்ந்துகொண்டிருக்கின்றது. சிலவேளை இன்றைய சூரிய நாட்களில் சுடரின் ஒளி மறைக்கப்பட்டாலும், மின்மினிகள் உலகிற்கு அவசியமான நாட்களில் சுடரின் மகிமையை இந்த உலகம் விளங்கிக்கொள்ள முயலுமென நினைக்கின்றேன். அதுவரை காலம் காத்திருக்கலாம்; ஆனால் எனது வாழ்நாட்களுக்கு அவ்வாறான பொறுமை இருக்கப்போவதில்லை.

இப்போது எனக்கான தெரிவுகளை நானே எடுத்துக்கொள்ளும் வலிய ஒருத்தியாக மாறிவிட்டேன். ஏனெனில் என் தெரிவுகளில் மட்டுமே நான் நானாக இருக்கமுடியும். பிறருக்காய் எனது வாழ்வை நான் விட்டுக்கொடுக்கத் தயாரில்லை.இவ்வாறு நான் கூறுவது சிலருக்கு மிகுந்த கோபத்தை உண்டாக்கக்கூடும்; ஆனால் இதுவே நான். இங்கே எனக்கு முன் எத்தனையோ பேர் என்னைப் போல

எங்கள் சமூகத்தில் வாழ விரும்பியிருக்கலாம். ஏன் சிலவேளை வாழ்ந்துமிருக்கலாம்.

பிரிய கலீஸ்தினோ, நீ என் மீது வைத்திருகும் அக்கறையால்தான் இவ்வளவையும் உனக்குப் பொறுமையுடன் கூறுகின்றேன். எல்லா உண்மைகளும் இச்சமூகத்திற்குத் தெரியவரும்போது என்னை மிதித்துப்போடவே இச்சமூகம் விரும்பும் என்பதை நீயறியாததல்ல. ஆனாலும் அவசரப்பட்டு, நான் கூறிய எதையும் உடனே பதிவு செய்துவிடாதே. நாங்கள் ஏற்கெனவே திட்டமிருந்தபடி வன்கூவரின் ஒதுக்குப்புறமான நகருக்குப் போய் எங்கள் அடையாளங்களைக் களைந்து வாழத்தொடங்கும் பொழுதுகளில் வேண்டுமானால் மட்டும் பொதுவில் எழுது.

உன்னிடமிருக்கும் நம்பிக்கையைப் போல எனக்கு டீசேயிடம் இல்லை. அவன் எங்களை விட மூன்று வயது சிறியவனாக இருக்கலாம். ஆனால் இந்த வயதிலும் பல விடயங்களின் சீரியஸ்தன்மையை விளங்காது விளையாட்டுப் பிள்ளை போலவே இருக்கின்றான். நாங்கள் படித்த மானிடவியலின் முக்கிய கூறுகள் பற்றி கொஞ்சம் அவனுக்கு விளங்கப்படுத்து. முக்கியமாய் விளிம்புநிலை மனிதர்கள் குறித்து மிகுந்த தெளிவற்றவனாகவே அவன் இருப்பது போலத்தோன்றுகின்றது.

நீ என்னிடம் இப்போது கதை கேட்டுக்கொண்டிருப்பதைப்போல எனது முன்னாள் துணையான அவனிடம், டீசே சில விடயங்களை கேட்டறிந்து கொள்வதை நீ சொல்லி நானறிவேன். எனது கதை, எனது முன்னாள் துணையின் குரலில்லாது முழுமை பெறாது என்பதை நீங்கள் இருவரும் கூறியதை நான் ஏற்றுக்கொள்கின்றேன். ஆனால் என்றோ ஒருநாள் நீங்கள் இருவரும் சேர்ந்து எழுதப்போகும் எனது கதையை 'ஆண்களுக்கான மொழியில்' மட்டும் பதிந்து எனது குரலை ஒடுக்கிவிடுவீர்களோ என்ற அச்சம் எனக்குள் இருக்கிறது.

அதுபோலவே எங்களின் உண்மையான வலிகளும், நெருக்கடிகளும், அகச்சிக்கல்களும் சித்தரிக்கப்படாது எங்களின் கதை ஒருவகையான கேலியுடன் எழுதப்படவும் வாசிக்கப்படவும் கூடும் என்றே நம்புகின்றேன். ஆனால் இவற்றையெல்லாம்விட என் கதை பகிரப்படவேண்டுமென மனம் அவாவி நிற்கிறேன்.

எல்லா அவமதிப்புக்களுக்கும் நம்பிக்கையீனங்களுக்கும் அப்பால் நான் எனது தெரிவுகளுடன் வாழவிரும்புகின்றேன் என்பதை வெளிப்படையாகக் கூறவேண்டும். ஏனெனில் எங்கள் சமூகத்தில் என்னைப் போன்ற பலர் தமக்கு விருப்பமான துணைகளுடன் வாழ்வதற்கு இவ்வாறான அகச்சிக்கல்களுக்குள் தத்தளித்துக் கொண்டிருப்பார்கள் என்பதை நான் நன்கறிவேன்.

என்றேனும் ஒருநாள் நீயோ, டீசேயோ அவனை மீண்டும் சந்தித்தால், சூழ்நிலைக் கைதியால் மட்டுமே நான் அவனைத் திருமணஞ்செய்துகொள்ளும் முடிவை எடுக்கவேண்டியதாயிற்று எனச் சொல். அதற்காக நான் உண்மையில் இன்று மிக மனம் வருந்துகின்றேன் என்பதையும் அவனுக்கான எதிர்கால வாழ்வுக்காய் என் பிரார்த்தனைகள் என்றும் இருக்கும் என்பதையும் அவனுக்கு என் சார்பில் தெரியப்படுத்துங்கள்.

குறிப்பு1: (கலீஸ்தினோவுடையது) என் தோழியின் கதையைக் கேட்டு எழுதியபின் இதைப் பிரசுரிக்கமுன்னர் அவரைத் தொலைபேசியில் தொடர்புகொள்ள முயன்றபோது, இலக்கம் பாவனையில் இல்லை எனக்கூறியது. இக்கதையை அவர் கூறத்தொடங்கியபோதே தான் இன்னும் சில மாதங்களில் எவரது தொடர்புமில்லாது தனது பெண் துணையுடன் வேறொரு நகரின் புறநகருக்குப் போய்விடுவேனென கூறியிருந்தார். இப்போது முழுதாக எங்கள் எவரின் தொடர்பு எதுவுமின்றி இருக்கவே விரும்புகின்றார் எனது தோழியென நினைக்கின்றேன். அவர் கூறிய கதையை விரிவாகப் பதிவு செய்ய முடியாமைக்கு நமது வாசிப்புச் சூழல் குறித்த பதற்றமும், எனக்குள்ளேயிருக்கும் தன்சார்பு சார்ந்த தணிக்கையும் காரணமெனக் கூற விரும்புகின்றேன்.

குறிப்பு2: (டீசேயினுடையது) நான் அவனின் கதையைக் கேட்டதால் அவனைப் பற்றியே கூறமுடியும். அவனுக்கு எல்லா உண்மைகளையும் அறிந்தபோது திகைப்பாக இருந்தது. இப்படி அரைகுறையான நிலையில் இருவரும் இருப்பதைவிட அவள் அப்படிப் போனது சரியான முடிவே என்றான். பிறகு இடைப்பட்ட வருடங்களில் இலங்கைக்குப் போய் ஒரு பெண்ணை மணம் முடித்து வந்திருக்கின்றான். சிலவேளைகளில் நீங்கள் கனடாவில் கோயில் எங்கையும் போகும்போது சேலையும் தாலியும் கட்டிய

தன் துணையை இரசிக்கின்றவர்களின் ஒருவனாய் அவனை நீங்கள் பார்க்கலாம். ஒருமுறை, நான் துஷாவின் தொலைபேசி எண்ணை எனக்குத் தந்து உதவமுடியுமா எனக் கேட்டதன் பிறகு, தன்னை இனிச் சந்திக்கவோ தொலைபேசியில் அழைக்கவோ வேண்டாமெனக் கடுமையான கோபத்தில் கூறிவிட்டான். அந்த நாள் 2007 கார்த்திகை 09.

★

(கூர், 2011)

நானுன்னை முத்தமிடுகையில் புத்தர் சிரித்துக்கொண்டிருந்தார்

அந்நியன்:

மெல்லிய பனி தூவிக்கொண்டிருக்க ஓர் உருவம் நடந்து போய்க்கொண்டிருக்கின்றது. மனிதர்களின் மனங்களுக்குப் பல வர்ணங்கள் இருப்பது போல, பனிக்குள்ளும் பல உருமாற்றங்கள் நிகழ்கின்றன. இப்போது பெய்யும் பனி, பூக்கள் சொரிவதைப் போன்று மென்மையானது. குளிர்காலம் தாண்டி வசந்தத்தில் பிறழ்வாய்ப் பொழிகின்றதெனினும் இதற்கென்றும் ஓர் அழகுண்டு. உடலை உறையச் செய்யும் பெருங்காற்றோடு இல்லாது, நிலத்தை மென்மையாக முத்தமிடும் எந்தப் பனியும் எவரையும் அலுக்கச் செய்வதுமில்லை.

இது காலையா அல்லது மாலையா என்ற தடுமாற்றங்களைத் தருகின்ற வானம். கருஞ்சாம்பல் போர்வையாகப் போர்த்திய ஒரு பொழுது. அந்நியன் தேர்ந்தெடுத்த இந்த இடம், பெரும் கூட்டத்திடையே தனித்து நிற்கும் அமைதியான பெண்ணைப் போல, பெருநகருக்குள் இருந்தாலும் அவ்வளவு சப்தமில்லாத ஓரிடம்.

சிலர் நாய்களோடு நடந்துகொண்டிருக்கின்றார்கள். வேறு சிலர் இணைகளாய் கைகோர்த்து கதைபேசிக்கொண்டு செல்கின்றார்கள். சலிப்பான நாளாந்த வாழ்விலிருந்தும், பேரிரைச்சலிருந்தும் வெளியே இப்படிக் கொஞ்ச நேரமேனும் தப்பிவிட்டவர்களைப் பார்க்கும்போது அந்நியனுக்கு ஏதோ நெருக்கமும் நெகிழ்வும் அவர்கள் மீது பெருகுகிறது.

வானம் சாம்பலாகிப் போகும்போது கடலும் அதே வர்ணம் பூசி மென் அலைகளோடு மிதந்துகொண்டிருக்கிறது. 'சாம்பல் வானத்தில் மறைந்த வைரவர்கள்' மீண்டும் தோன்றக்கூடிய

தருணமாகக்கூட இது இருக்கக்கூடும். கடலையொட்டி நீண்ட நெடிய செம்மண் பாதை அருகிலியிருப்பதும் ஓர் அதிசயமென்றுதான் கூறவேண்டும். நீர் அரித்த சிறு மண்குன்றுகள் இன்னமும் நம்பிக்கையை இழந்துவிடாத இயற்கையின் பெரும் சக்தி பற்றி எதையோ சொல்ல முயல்கின்றன. மனிதர்கள் அவ்வளவு ஏறாத ஒரு மலையில் யாரோ படுக்கையை மரங்களைக் கொண்டமைத்து தங்கி விட்டுப் போயிருப்பதைக் காணக்கூடியதாய் இருக்கிறது. மனிதர்கள் சக மனிதர்களிடமிருந்து தப்பியோடி, தம் மனச் சிலந்திகளின் வலைப்பின்னல்களிலிருந்தும் தப்பிக்க முயற்சித்ததன் ஒரு தடயமாக இது இருக்கவும் கூடும்.

அந்நியன் நடந்தபடி போய்க்கொண்டிருக்கின்றான், பாதையும் முடிவுறாது விரிந்துகொண்டேயிருக்கிறது. இதற்கு முன் பலமுறை வந்தபோது இருந்த பாதையைப் போல இது இல்லையென அவனது காலடிகள் வியந்து கொள்கின்றன. காலமும் வெளியும் இல்லா இடத்தில் வாழ்வு என்பது சாத்தியமா என்பதைவிட, காலமும் வெளியும் நம் மனதிற்கேற்ப நீட்சியும் விரிவும் கொள்ளக் கூடியதா என்பதைப் பற்றி யோசிக்கின்றான்.

பறவைகள் வசந்தத்தின் முதற்பாடலை பனித்தூவல்களிடையே இசைத்துக்கொண்டு மேற்கு நோக்கிச் சிறகடிக்கின்றன. ஒருவகைப் புல்லினம் தன்னைவிட இரண்டு மடங்கு உயரத்தில் வளர்ந்து நிற்பதைப் பார்த்து அந்நியன் திகைக்கின்றான். மெல்லியதாய்த் தட்டினாலே முறிந்துவிடக்கூடிய இந்தப் பொன்னிறப்புற்கள் இப்படி வளரமுடியுமென்பதும் இயற்கையின் விந்தைதான் என வியந்துகொள்கிறான். யாரோ ஒருவர் சமாதானக் குறியீட்டை நடக்கும் பாதையில் வரைந்துவிட்டுப் போயிருக்கின்றார். வியட்னாமில் அமெரிக்கா போர் நடத்தியபோது போருக்கு எதிராக எழுந்தவர்கள் அமைதிக்காய் முன்வைத்த ஓர் அடையாளம் அது. அந்நியனுக்கு அது எதையெதையோ நினைவுபடுத்துகிறது. வெளியுலகமும் அகவுலகமும் தளும்பாது அமைதியான ஒரு வாழ்வுமுறையைக் கொண்டவர்கள் தேவதைகளால் ஆசிர்வதிக்கப் பட்டவர்களென நினைத்துக்கொள்கிறான். அந்த அடையாளத்திற்கு அருகிலேயே 'நான் அமைதியை நேசிக்கிறேன்' என மெல்லிய பனியோடு குழைந்துபோன மண்ணில் எழுதிவிட்டு நகர்கின்றான்.

தொடர்ந்து நீள நடக்கும் அந்நியன் யாரோ ஒருவர் சிறு பாறையில் வைத்துவிட்டுப் போயிருக்கும் அன்னை மேரியின் திருவுருவைக் காண்கிறான். மேரியின் முகத்தில் பரவும் சாந்தம் இயற்கையோடு இரண்டறக் கலக்க முடிந்த ஒருவரினால் மட்டுமே சாத்தியமானது போலத் தோன்றுகின்றது. செய்த பாவங்களுக்கும், இனி செய்யப்போகும் பாவங்களுக்குமாய் என்னை மன்னித்து விடுங்களென, கடல்விரியும் பின்னணியில் நிற்கும் மேரியைப் பார்த்து வேண்டிக்கொள்கிறான். 'உன்னைப் போன்றவர்களின் பாவங்களை வாங்கிக் கொள்ளத்தானே என் மகனை அனுப்பி வைத்தேன்' என்பதை மேரி சொன்னாற்போல் தோன்றியது. அனுப்பப்பட்ட எல்லாக் கடவுள்களையும் கொன்றுவிட்டு, கடவுளர்களும் கைவிடப்பட்ட ஒரு கழிவிரக்கக் காலத்தில் அல்லவா வாழ்ந்துகொண்டிருக்கின்றோமென அந்நியனின் உதடுகள் முணுமுணுத்துக்கொள்கின்றன.

மேனியில் பனி இலவம்பஞ்சாக மிதந்து வந்து தொடுகின்றது. பின்னர் அது சொற்பக்கணத்தில் உருவமிழந்து நீராகக் கரைந்தும் போகின்றது. இரண்டு கரிய அணில்கள் பாதையின் குறுக்கே ஓடுகின்றன. ஒன்றையொன்று சீண்டி விளையாடுகின்றன. பல பத்தாண்டுகள் உயிர்த்திருக்கும் முதிய மரங்களின் அடிப்பாகங்களில் பசுமை வர்ணங்களைப் பூசி நிற்கின்றது. *"April's air stirs in/willow leaves.../a butterfly/floats and balances"* என்கின்ற பாஷோவின் ஸென் படிமம் அந்நியனுக்கு நினைவில் வந்து தெறிக்கிறது.

நெடுந்தூரம் நடந்தாயிற்று சற்று இளைப்பாறுவோமென, ஓரிடத்தில் உட்கார்ந்துகொள்கிறான். சாம்பல் பூசிய வானமும் கடலும் விழிகளுக்குள்ளும் அதே வர்ணத்தைக் கொண்டு வந்துவிட்டாற்போல் தோன்றுகின்றது. இறுதியில் நாம் எதுவு மற்றவர்களாகப் போகும்போது எந்த வர்ணத்தில் இருப்போமென யோசிக்கின்றான் அந்நியன். 'காடுடைய சுடலை பொடி பூசி என் உள்ளம் கவர் கள்வன்' என்ற பாடல் எங்கிருந்தோ ஒலிப்பதாய்த் தோன்றுகின்றது. தொலைவிலிருந்து அல்ல, தன் ஆழ்மனப் படிமம்தான் அதை இசைக்க விரும்புகிறது என்பதை அறிந்து உடலை உதறிப்பார்க்கின்றான்.

மனிதர்கள் அவனின் முதுகின் பின்னால் கதைத்துக்கொண்டும், உலாத்திக்கொண்டும் மறைந்து கொண்டிருக்கின்றார்கள். யாரோ ஒருவர் ஓடி வருவதாய்க் காலடிச்சத்தங்கள் நெருங்க, திரும்பிப் பார்க்கையில் மென் நீலநிற ஸ்வெட்டருடன் ஒரு பெண் ஓடுவதைப் பார்த்துப் புன்னகைக்கின்றான்.

கடலைப் பார்த்தபடிமெல்ல மெல்லத் தன்னை மறக்கின்றான் அந்நியன். சப்பணமிட்டுப் பாறையில் அமரும்போது ஏதோ ஓர் அமைதி வந்துவிடுகின்றது. குதிரைச் சத்தங்கள் கேட்கின்றன. யாரோ காட்டுக்குள் விறகு வெட்டுவதாய்க் காட்சிகள் விரிகின்றன. எதுவெனச் சொல்லமுடியாத நறுமணம் கூட சூழ்ந்துகொள்கின்றது. மெல்ல மெல்லத் தானில்லாத ஏதோ ஒன்றில் அவன் கரைந்து போய்க்கொண்டிருக்கின்றான். ஒருபொழுது கடல் ஊழியாய்த் தன்னை உள்ளிழுத்துக்கொள்ளும்போது தான் உடலற்ற ஒருவனாய் ஆகுவதையும் பார்க்கின்றான்.

எவ்வளவு நேரம் இப்படி அமர்ந்திருந்தான், எதில் கரைந்திருந்தான், எங்கு தன்னைத் தொலைத்திருந்தான் என்பதன் 'காலமும் வெளியும்' உணராது விழிகளைத் திறந்தபோது, அருகிலொரு பெண் இருப்பதைக் காண்கின்றான். அவளுக்கு, முன்னர் பார்த்த ஓடிக்கொண்டிருந்தவளின் சாயல் இருப்பதைப் போலத் தெரிகிறது.

'உன்னைத் தொந்தரவு செய்துவிட்டேனா?' என்கிறாள் அவள்.

'இல்லையே' என்கிறான் அந்நியன்.

'நான் சில தடவைகள் இப்படியும் அப்படியுமாய் ஓடிக் கொண்டிருந்தேன். நீ இங்கேயே நீண்ட நேரமாய் உட்கார்ந்திருந்தாய்.'

'சும்மா கடலைப் பார்க்கத்தான் வந்திருந்தேன். ஆனால் மனம் எங்கெங்கோ இழுத்துச் சென்றிருக்கிறது.'

'இப்படி ஒருவர் நீண்டநேரம் தியானத்தில் அமர்ந்திருந்தது வியப்பாகவும், ஆனால் அதேசமயம் பயமாகவும் இருந்தது; அதுதான் அருகில் வந்து உட்கார்ந்திருந்தேன்.'

‘ஏன், கடல் என்னைக்கொண்டு போய்விடும் என யோசித்தாயா?’

‘பலவிதமாய் யோசித்தேன். அவற்றில் ஒன்றில் நீ குறிப்பிடுவதுந்தான்.’

‘பிரச்சினைகள் இருந்தால்தான் தனிமையில் இருக்கவேண்டும் என்றில்லைத்தானே?’

‘உண்மைதான். எனக்கு மிகவும் மகிழ்ச்சியாக இருக்கும்போது தனித்தே அதை அனுபவிக்க விரும்புகின்றவள். இல்லாவிட்டால் இப்படியும் கூறலாம். தனித்திருக்கும்போதே மகிழ்ச்சியின் உச்சத்தை உணரமுடிகிறது என்னால்.’

‘நீ கதைப்பதைப் பார்த்தால், புத்தரை அறிந்து வைத்திருப்பது போலத் தோன்றுகின்றது’

‘ஆமாம். நான் புத்தனைப் பின் தொடர்பவள்’

‘புத்தரைத் தெருவில் கண்டால் கொன்றுவிடவேண்டும் என ஸென் கூறுகிறது, எப்படி நீ புத்தரைப் பின் தொடர்பவளாகச் சொல்லமுடியும்’

‘நானுமொரு புத்தராக மாறும்போது புத்தரைக் கொன்றுவிடுகின்றேன். இப்போது புத்தரைப் பின் தொடர்வதைவிட வேறு வழியில்லை’

‘விழிப்படைந்த மனதுக்கு புத்தரோ ஜீஸசோ பெயர்கள் மட்டுமே. அதற்கப்பால் எந்த வரலாற்றையோ எதிர்காலத்தையோ அடையாளப்படுத்துவதில்லை’

‘நாங்கள் தேநீர் அருந்தப் போவாமா?’

‘என்னைப் போன்ற அந்நியன் ஒருவனை எப்படி நம்பி அழைக்கின்றாய்?’

‘புத்தர்கள் நமக்கு முன் சாட்சியமாய் இருக்கின்றார்கள் என்ற நம்பிக்கையில்தான்’

‘புத்தர் சாட்சியாய் இருக்க கொலைகள் புரிந்த வரலாறு நான் பிறந்த நாட்டில் நிகழ்ந்திருக்கின்றது’

‘சிலுவைகளை எடுத்துக்கொண்டு கடல்கடந்து வந்தவர்கள் இந்நாட்டின் ஆதிக்குடிகளை வதைத்த வரலாறுதான் இங்கேயும் நடந்திருக்கிறது’

'மானுடத்தால் நிகழ்ந்த பேரிடர்கள் இல்லாத ஒரு நிலப்பரப்பை இனிக் கண்டடைதல் சாத்தியமேயில்லை'

'உண்மைதான். ஆனால் இயற்கைக்கு ஏதோ ஒருவகையில் எல்லாவற்றையும் ஆற்றும் சக்தியிருக்கிறது'

'வரலாற்றை எளிதாய்க் கடந்துவரச் சொல்கின்றாயா?'

'இல்லை, இயற்கையின் முன் நாமெல்லோரும் மிகச்சிறிய துளிகளே என்றுணரும்போது நமது அதிகாரத்தின் போலித்தனங்கள் தெரியும் எனச் சொல்ல வருகின்றேன்'

'சரி, நாம் தேநீர் அருந்தச் செல்லலாம்'

அவன்:

என் பிரிய புத்தா, இந்த மாலைவேளை மங்க மங்க, ஏன் என் மனதும் ஒளி குறைந்து போகின்றது? 'எதையாவது அறிவது என்றால் முதலில் எல்லாவற்றையும் மறந்துவிடவேண்டும்' என்ற உன் வார்த்தையைப் போல இதுவும் இருந்தால் நல்லதிற்கு என்று இருந்திருப்பேன். ஆனால் மனமேன் ஒரு பூனையைப் போலச் சோர்ந்து சுருண்டு படுத்திருக்கின்றது என்று விளங்கவில்லை. எல்லோரும் 'உனக்கு விடுதலை தருவது எப்படி' எனப் பேசித்திரிகையில், நீதானே முதன்முதலில் 'உன் சுயத்திலிருந்துதான் உனக்கு முதலில் விடுதலை வேண்டும், அதைக் கவனி' என எல்லாவற்றையும் புரட்டிப் போட்டவனல்லவா?

உன்னோடு ஆறுதலாக அமர்ந்து அருந்துவதற்கெனத்தானே ஒரு பழைமை வாய்ந்த வைன் போத்தலை நீண்டநாட்களாய்க் குளிர்பதனப்பெட்டியில் வைத்துக் காத்துக்கொண்டிருக்கின்றேன். நீ சென்றமுறை வீட்டுக்கு வந்தபோது எப்போதும் மனம் உறுதியாய் முடிவுகளை எடுக்கமுடியாது சஞ்சலம் அடைகிறதே, நான் உறுதியானவனாய் மாறும்வரை அருகில் இருக்கக்கூடாதா என்றல்லவா புத்தா உன்னிடம் கேட்டிருந்தேன். நீயோ புன்னகைத்தபடி, 'ஒரு மாணவர் எப்போது கற்றுக்கொள்ளத் தயாராகின்றாரோ அப்போதே அவருக்கான ஆசிரியர் முன்னால் தோன்றிவிடுகின்றார்' எனச் சொல்லி, 'அப்படியே நீ வாழ்வில் எதையாவது கற்றுக்கொள்ளத் தயாராகும்போது நானும் உன் முன்னால் வந்துவிடுவேன்' என்றல்லவா கூறிச் சென்றாய்.

நான் இந்த அறையில் தனிமையை நிரப்பியபடி வெளியில் சிறுகுன்றைப் போல விரியும் நிலத்தில் எழுந்த மரங்களையல்லவா விழியெறிந்தது பார்த்தபடியிருக்கின்றேன். இங்கே எந்நேரமும் பல்வேறு குருவிகளின் ஒலி காற்றில் கரைந்தபடியே இருக்கின்றது. இதுவரை இந்தப் பனிதேசத்திற்கு வந்தபின் கேட்கமுடியாத சில்வண்டுகளின் ஒலியையும், காகங்களின் கரைதலையும் கேட்டிருக்கின்றேன் என்றால் நீயும் மகிழத்தான் செய்வாய்.

இயற்கையை உற்றுப் பார்க்க பார்க்க, உள்மனதின் ஆழங்களுக்குப் போவது ஓரளவிற்குச் சாத்தியமாகின்றது. உள்ளே பார்த்தலும், பிறகு எதுவுமில்லையெனத் தெளிதலிலுந்தான், எவரும் பிறப்பதுமில்லை எவரும் மறைவதில்லை என்ற உன் சூத்திரங்கள் உருவாகின்றனவோ தெரியாது.

எதைத்தான் நான் சரியாகக் கற்றிருக்கின்றேன்? நீ கூட என்னைப்போன்றவர்களுக்கு முதன்முதலில் வெறுப்பின் அரசியல் திருவுருவாக அல்லவா அறிமுகமாகினாய். உன் பீடங்களில் அரளிப்பூக்களையும் தாமரைப்பூக்களையும் பரப்பவேண்டியவர்கள், வேறு மொழிபேசுகின்றார்கள் என்ற ஒரே காரணத்திற்காய், என் இனத்தவர்களின் இரத்தத்தையல்லவா ஊற்றி உனக்குப் புது உருவம் கொடுத்திருந்தார்கள்.

இப்போது மட்டுமென்ன, 'நீ வேண்டாம் வேண்டாம் எனக் கதறக் கதற இரவோடு இரவாகத் தூக்கிக்கொண்டு போய், அரசமரங்களின் முன் வைத்துவிட்டு இந்தத் தலைமுறைக்கும் வெறுப்பின் அரசியலை அவர்கள் புகட்டவில்லையா? எதைத் திணிக்கின்றார்களோ, அதற்கான எதிர்ப்பு விசை இன்னும் வீரியமாய் மேலெழும் என்பதை அறியாதவர்களா இவர்கள்? இல்லை, இன்னொரு மொழியைப் பேசினாலும் முன்னொரு காலத்தில் உன்னையும் தங்களின் வழிகாட்டியாகக் கொண்டு வழிபட்டவர்கள் தமிழர்கள் என்கின்ற உன் மெல்லிய குரலை, புத்தா யார்தான் கேட்கப்போகின்றார்கள்?

உறவு, நட்பு, காதல் என எல்லாவற்றையும் தப்பும் தவறுமாய்க் கற்றுக்கொள்கின்ற ஒருவன், உன்னையும் நீ கூறிச் சென்றவற்றையும் ஒழுங்காய்க் கற்றுவிடுவான் என்பதை நீ நம்பப்போவதில்லைதான். ஆனாலும் புத்தா, ஏனிந்தத் தளும்புகின்ற மாணவனைத் தேடித் தேடி நீ அடிக்கடி வருகின்றாய்? இவனது இந்தத் தனிமை

உன்னையும் அச்சுறுத்துகின்றதா? குறித்த நேரத்தில் வருவேன் என்ற புத்தன் வரவில்லை, ஆதலால் என்னை மாய்த்துக்கொள்கின்றேன், இந்த முடிவுக்குக் காரணம் புத்தன்தான் என்றொரு குறிப்பை எழுதிவிட்டுப் போய்விடுவேன் என்ற அச்சத்திலா, எத்தனையோ அவசர வேலைகளிருக்க என்னைத் தேடி வருகின்றாய்?

அப்படியிருக்கவும் சாத்தியமில்லை. எத்தனை அரிய மனிதர்கள் இந்த உலகில் வந்த மாதிரியே சட்டென்று போய்விடுகின்றார்களே. நான் யார் என்றும், இந்த வாழ்வின் அர்த்தம் என்ன என்றும் தேடித் தேடிக் களைப்புறும்போது ஒவ்வொரு பொழுதுமல்லவா நீ என் முன்னால் தோன்றுகின்றாய். நீ என்பதே எவரும்/எதுவும் இல்லையெனத் தெளிய இன்னும் கொஞ்சத் தூரந்தான் இருக்கிறதென அது எவ்வளவு நீண்ட பயணமாய் இருந்தாலும் என்னை உற்சாகப்படுத்தத்தானே இந்தப் பனிக்குள்ளும், சுழன்றாடும் காற்றுக்குள்ளும் மெல்லிய ஆடையை அணிந்தபடி வருகின்றாய்.

புத்தா, உன் திருவடிக்கு நான் மீண்டும் ஒரு தாமரைப் பூவோடு எனக்குப் பிரியமான ஒருவரோடு மலையேறுவதற்குள் ஒருமுறை என்னைச் சந்திக்க வந்துவிடு. உனக்காய்த் தயாரித்து ஆறிப்போன தேநீரைத் திரும்பத் திரும்பச் சூடாக்கிக்கொண்டு இருப்பதும் கஷ்டமாயிருக்கிறது. இது புத்தனுக்குத் தயாரித்த தேநீர் என்பதால் வேறு எவராலும் அருந்தமுடியாது. 'எதைப் பற்றி நினைக்கின்றாயோ, அதுவாக நீ ஆகின்றாய்' என்று மென்மையாப் போதித்தவன் நீ. இந்தக் கணத்தில் என் நினைப்பெல்லாம் என்னிலிருந்து எனது 'நானை' எப்படி விடுவிடுப்பது என்பதேயாகும்.

அந்நியனும், அவளும்:

அந்நியர்களை சிலவேளைகளில் நேசிப்பவர்கள் கைவிட்டாலும் நேசம் கைவிடுவதில்லை. தாம் கிறுக்குத்தனமாய் இருப்பதால்தான் எவரும் நெருங்குவதில்லையென அந்நியர்கள் நினைத்துக்கொண்டாலும், அவர்களின் கிறுக்குத்தனத்தின் மீது அபரிமிதமான நேசத்தையுடையவர்கள் இந்த உலகில் இருக்கின்றார்கள்.

அலைவரிசைகள் வெவ்வேறு வெளியில் மிதந்து கொண்டிருந்தாலும், அவை தமக்கான காலத்தையெடுத்து எப்படியோ நெருங்கி வந்துவிடத்தான் செய்கின்றன. இயற்கை ஒரு

காலத்தில் மரங்களில் இலைகளை உதிர்க்கச் செய்வதும், பின்னர் துளிர்க்கச் செய்வதும் போன்ற விந்தையைப் போன்றதுதான் இது.

தேநீர் குடிப்பதுடன் மென்நீலப்பெண்ணுடன் தொடங்கிய சந்திப்பு மேலும் மேலும் நீளத்தொடங்கியது. அந்நியனுக்கும் அவளுக்கும் பிடித்த மலையேற்றம் செய்வதும், சைக்கிள் ஓடுவதும் எனப் பொழுதுகள் சேர்ந்து கழியத்தொடங்கின. காடுகளையும் வாவிகளையும் அவர்கள் தேடியலைந்தனர். அடிக்கடி, செல்லவேண்டிய இடங்களுக்குப் போகாது தொலைந்து போய்க் கொண்டிருந்தாலும் அதுவும் அவர்களுக்குச் சுவாரசியமாக இருந்தன. இலக்குகளை விட இலக்குகளற்ற அலைதல்களிலேயே விடுதலையும், வியப்புகளும் இருப்பதையும் உணர்ந்துகொள்ளத் தொடங்கினர்.

ஒருமுறை மலையேற்றம் செய்தபோது, எங்கேனும் ஓரிடத்தில் காம்பிங் அமைத்து ஒரு சில நாட்கள் தங்குவதெனத் தீர்மானித்திருந்தனர். இயன்றளவு இயற்கையிடமிருந்தே எல்லாவற்றையும் பெற்று வாழ்ந்து பார்ப்பதன் ஒரு முயற்சியாக அதைத் தீர்மானித்திருந்தனர். நான்கைந்து மணித்தியாலங்கள் மலையேறிப் போய் தமது கூடாரத்தை அமைத்துக்கொண்டார்கள். எவரும் பயிரிடாமலே முளைத்திருந்த காளான்களையும், ரெட்டிஷ்களையும் சேகரிக்க முடிந்திருந்தது. ஏற்கெனவே வரும்வழியில் சோளப்பொத்திகளை எடுத்தும் வந்திருந்தனர். சிறு அடுப்பில் நீரைக் கொதிக்க வைத்து சோளத்தை மணிகளாய் உதிரச்செய்து சூப் செய்தார்கள். காளான்களையும் ரெட்டிஷ்களையும் வெந்தும் வேகாமலும் அவியவிட்டுச் சாப்பிட்டார்கள்.

அன்றைய மாலைதான் அவர்கள் இருவரும் தம் உடல்களின் வர்ணங்களை, இயற்கையைச் சாட்சியாக வைத்து அறிந்து கொண்டார்கள். கனவுகள் நுரைத்துப் பெருகும் கலயங்களை, மொழிகள் தாண்டிய வரைபடங்களை உடல்கள் தமக்குள் ஒளித்து வைத்திருந்த இரகசியங்களை வியப்புடன் உள்ளெடுத்துக் கொண்டனர்.

மரங்கள் சூழ்ந்த ஏகாந்தம் எல்லாத் தளைகளையும் அறுக்கச் செய்தன. ஆடைகள் அனைத்தும் உதறியெறிந்து சூரியனுக்கு தம் நிர்வாணங்களைப் படையிலிட்டார்கள். இனி மலையேறிக் கீழே

போகும்வரை ஆடைகள் எதுவும் அணிவதில்லையெனவும் மகிழ்ச்சியின் எல்லையில் நின்று உரத்துச் சொல்லிக்கொண்டார்கள்.

சூரியன் மறைந்து, இருள் மெல்ல மெல்ல அடர்ந்து வந்தபோதும் தம்மை அவர்கள் மறந்திருந்தார்கள். எப்போதுமே தன்னை வெறி பிடித்த நாய்போலத் துரத்திக்கொண்டிருக்கும் காமம், அருகில் ஒருத்தி நிர்வாணமாய் இருந்தபோதும், வாலைச் சுருட்டி அமைதியாக இருந்ததைக் கண்டு அந்நியனுக்கு வியப்பாக இருந்தது. காமத்தைத் தாண்டிப்போய்க் காமத்தை இரசிக்க முடிகின்ற கணத்தில் எல்லையற்ற பேரின்பத்தின் தெறிப்பு இருக்கிறதென அந்நியன் தனக்குள் நினைத்துக்கொண்டான்.

அவளே, தான் எதுவுமின்றி உதிரும் பெரும் பயணத்தின் முதல் ஒளியைக் காட்டியவளென விபரிக்க முடியாப் பேரன்புடன் அவளை இழுத்து அணைத்துக்கொண்டான்.

மயிர்கள் அடர்ந்த அல்குலிலிருந்து, யாரோ ஒருவன் தேநீருடன் காத்துக்கொண்டிருப்பதும், புத்தர் அவன் வீடு தேடிச் செல்வதும் காட்சிகளாய் விரியத்தொடங்கின. இது எப்படி இவளின் உடலுக்குள்ளிருந்து சாத்தியமென வியப்பும் திகைப்பும் கலந்து அவதானிக்கையில், அந்த 'அவனும்' புத்தரும் தாமரை இதழ்களாய் மாறி எண்ணற்ற வட்டங்களாய் விரிந்து எதுவுமற்றவர்களாய் ஆகிக்கொண்டிருப்பது நிகழத்தொடங்கியது.

சட்டென்று, 'நீதான் எனது புத்தர், சந்தேகமேயில்லை' என அவளின் காதுக்குள் முணுமுணுத்தான்.

விழிகள் மூடிக் கிறங்கிக்கிடந்த தருணத்திலும், 'பாதையில் புத்தரைக் கண்டால் கொல்லவேண்டும் எனச் சொன்னவன் நீ' என்றாள் அவள்.

'நீயும், நானும் வேறுவேறானவர்கள் இல்லை என்று தெரிந்தபின், இப்பிரபஞ்சத்தில் எவரும் பிறப்பதுமில்லை, இறப்பதுமில்லை என்பதையும் அறிந்தேன்' எனச் சொல்லி அவளின் விழிகளிரண்டிலும் மெல்ல முத்தமிட்டான்.

அவள் தீராக் காதலுடன் இன்னும் இறுக்கி அணைத்தபோது, அந்நியன் ஒரு முயல்குட்டியாய் உருமாறியிருந்தான்.

(உரையாடல், 2015)

இயக்கக்காரி

இந்தியாவிற்கான எனது இந்தப் பயணம் சில மாதங்களுக்கு முன்பே திட்டமிடப்பட்டிருந்தது. சென்னையிலிருந்த ஒரு பெண்ணை நெடுங்காலமாய்க் காதலித்துக்கொண்டிருந்த நண்பனொருவன், தனது திருமணநாளை எங்களுக்கு இலைதுளிர் காலத்தில் அறிவித்தான். இங்கிருந்து எல்லோராலும் அவ்வளவு தூரம் பயணித்து வர இயலாத சென்னையில் நிகழும் மணவிழாவில், நீ மட்டுமாவது கட்டாயம் வரவேண்டுமென கையைப் பிடித்துச் சொல்லியுமிருந்தான். வேலையில் என் சிடுமூஞ்சி மானேஜரிடம் விடுமுறை கேட்க அவமானப்பட வேண்டுமே என்பதைவிட, இப்படிக் கோடை எரிக்கும் மாதத்தில் அங்கே திருமணத்தை இவன் வைக்கின்றானே என்ற எரிச்சலே எனக்கு அதிகம் வந்தது.

போவதற்கு அவ்வளவு விருப்பமில்லாதுவிட்டாலும், என் ஒவ்வொரு காதலிலும் தோற்று நான் வேதனைப்படும்போது, 'ஏன் இதற்காய்க் கவலைப்படுகிறாய், கடலிலே நிறைய மீன்கள் இன்னும் உள்ளன' என்று தேற்றி என்னை இயல்புக்குக் கொண்டுவருகின்றவன் என்பதால் மறுக்கவும் முடியவில்லை. அவன் குறிப்பிடும் கடல் அருகிலிருக்கும் அத்திலாந்திக்கா அல்லது மறுகரையின் பசுபிக்கா என்பதை அவன் ஒருபோதும் தெளிவுபடுத்தியதில்லை. எந்தக் கடலுக்குள் எந்த மூலையில் இந்தப்பெண்கள் காத்துக்கொண்டு இருக்கின்றார்கள் என்பதை அவனது திருமணநாளிலேயே கேட்கலாமென்று முடிவு செய்து, நான்கு வாரங்களுக்கான டிக்கெட்டை எப்போதோ வாங்கியிருந்தேன்.

வாழ்க்கையில் எல்லாமே திட்டமிட்டபடி நிகழ்வதுமில்லை. ஏதோ பிரச்சினை புகைந்து அவர்கள் பிரிய இறுதிநேரத்தில் திருமணம் நிறுத்தப்பட்டது. அழகான தொலைதூரக் காதல்

இப்படியாயிற்றே என வருந்தியபடி பயணமுகவருக்குத் தொலைபேசினால், வாங்கப்பட்ட டிக்கெட்டுக்கு திருப்பிக் காசு தரமுடியாது, இந்தியாவிற்குச் செல்வதைத் தவிர வேறு வழியில்லை எனக் கையை விரித்தார். ஆடம்பரமான திருமணத்தைக் கூட எளிதாய் இப்போது நிறுத்தமுடிகிறது, வாங்கிய டிக்கெட்டை மட்டும் இரத்துச் செய்யமுடியவில்லையே எனத் தலைவிதியை நொந்தபடி, வருவது வரட்டுமெனத்தான் இந்தப் பயணத்தை ஆரம்பித்தேன்.

வடபழனியில் ஏ.வி.எம். தியேட்டருக்கு எதிர்ப்பக்கமாய் இருந்த விடுதியொன்றில் எனக்குத் தங்குவதற்கு ஓரிடம் கிடைத்தது. அனைத்து ஆடைகளையும் கழற்றிப் போட்டு நிர்வாணமாகத் திரிக என்கின்றமாதிரி வெயிலும் கொளுத்திக்கொண்டிருந்தது. வழமையாய்க் கனடாவிலிருந்து போகின்றவர்கள் ஒன்று கோயில் கோயிலாகத் தேடி அலைந்துகொண்டிருப்பார்கள். இல்லாவிட்டால் தி.நகரிலுள்ள புடைவைக் கடைகளில் ஏறியிறங்கிக் காசைக் கரியாக்கிக்கொண்டிருப்பார்கள். எனக்கு இரண்டுமே ஒத்துக் கொள்ளாததால் விடுதிக்குள் நின்றபடி என்ன செய்யலாம் என யோசித்துக்கொண்டிருந்தேன்.

மடிக்கணினியைக் கனடாவில் விமானம் ஏறியபிறகு திறக்காதபடியால், அதற்குள் நுழைந்து பார்த்தேன். பசிக்கவும் தொடங்கியிருந்தது. அருகிலிருந்த முருகன் இட்லிக் கடையில் ஏதாவது வாங்கிச் சாப்பிடலாமெனப் புறப்படத் தயாரானபோது, என் முகநூல் மெஸெஞ்சரில் பெண்ணின் பெயரில் ஒரு புதிய மெஸேஜ் வந்திருந்தது. அவரோடான சம்பிரதாய அறிமுகங்கள் நிகழ்ந்து முடிய என்ன செய்துகொண்டிருக்கின்றீர்கள் எனக் கேட்டேன். புகைப்பிடித்துக் கொண்டிருக்கின்றேன் என்றார். தான் செய்யும் எதையும் மறைக்காமல் இப்போதுதான் அறிமுகமாகும் என்னிடமே சொல்லும் அவரது துணிவு எனக்கு ஆச்சரியமாக இருந்தது. தொடர்ந்து அங்குமிங்குமாய் எதையெதையோ பேசிக்கொண்டிருந்தபோது தனக்கு இரவுகளில் இயல்பாய் நித்திரை கொள்ளமுடியாத அவதியைப் பற்றிக் கூறத் தொடங்கினார்.

என்னோடு நிறைய நாட்கள் பழகிய ஆண்களே தமது தனிப்பட்ட சிக்கல்களைப் பகிர்ந்திருக்காதபோது, இவர் இவ்வளவு

எளிதாகத் தன் அந்தரங்கமான விடயமொன்றைச் சொல்லிக் கொண்டிருந்தது சற்று வியப்பாக இருந்தது. 'நீ புகைப்பதுண்டா' எனக் கேட்டார். 'எப்போதாவது' எனச் சொல்லிச் சமாளித்தேன். பல்வேறு சிக்கல்களால் தனக்கு தூக்கம் வராதுபோனபோது முதலில் தூக்கமாத்திரை, தியானம், செம்மது என எல்லாம் முயற்சித்துத் தோற்றபின், இது மட்டுமே இப்போதையிற்குத் தூக்கத்தைக் கொண்டுவருகின்றது என்றார். உங்களுக்கு என்ன பிரச்சினை இருக்கிறதெனக் கேட்டேன்.

'ஒன்றல்ல, நிறையச் சிக்கல்கள். பாத்திரமொன்றில் நீர் நிரம்பி இருந்தாலும், நிரம்பியிருக்காதது போல ஓர் அசாத்திய மௌனத்தை நீ உணர்ந்ததுண்டா? ஆனால் மேலதிகமாக ஒரு துளி விழுந்தவுடன், இவ்வளவு நீர் எங்கே இருந்ததென எல்லாமே சட்டென்று நிரம்பி வழியத்தொடங்குமே. அவ்வாறே எனது உள்ளம் எப்போதும் பிரச்சினைகளால் நிரம்பிக்கொண்டிருக்கின்றது. ஏதேனும் ஒரு சின்ன சிக்கலைச் சந்தித்தாலே போதும், நான் என்னையிழந்து அவிழ்க்க முடியாத புதிர்களின் பெரும் பள்ளத்தாக்கில் சரிந்து வீழ்ந்துகொண்டிருக்கின்றேன்' என்றார்.

'நாமெல்லோருமே பிரச்சினைகளின் பாத்திரங்களால் தளும்பிக் கொண்டிருப்பவர்கள். அவிழ்க்க முடியாத புதிர்களை மனம் ஒருபோதும் பின்னுவதில்லை. சிக்கல்களை வழித்துத் துடைத்து வெற்றிடமாக்கும் வித்தையும் நமக்குள்ளே இருக்கின்றனதானே' என்றேன். அவருக்கு ஆறுதல் சொல்கின்றேனா அல்லது எனக்கு நானே ஆறுதற்படுத்திக் கொள்கின்றேனா என்று எனக்குள்ளும் இப்போது சந்தேகம் வரத்தொடங்கியிருந்தது.

'இருக்கலாம். ஆனால் நான் அதற்கான காலத்தைக் கடந்துவிட்டேன்' என்றார் விரக்தியுடன். பிறகு மேலும் மேலும் எதையோ கதைத்தபடி அவர் மறுமுனையில் தூங்கியும் போனார்.

நாங்கள் தொடர்ந்து இரவு பகலாகப் பேசிக்கொண்டே யிருந்தோம். பாலைவனத்தில் அலைந்து திரிந்தவனுக்கு நீரைக் குடித்தபின்னும் இன்னும் தாகம் இருப்பது போல அவரின் சொற்களைத் தொடர்ந்து கேட்கவேண்டும் போலவும் தோன்றியது.

ஒருநாள் தற்செயலாகக் கதைத்துக்கொண்டிருந்தபோதுதான், ஏன் நான் இந்தியாவில் வந்து நிற்கின்றேன் என்ற விடயத்தை அவருக்குச் சொன்னேன். எங்கேயாவது இன்னொரு புதியதொரு நாட்டுக்குப் போனால் எவ்வளவு நல்லாயிருக்குமென்று சொல்லிப் பெருமூச்சை விட்டேன்.

எங்கிருந்து அவருக்கு இந்த யோசனை வந்ததோ தெரியாது, வரும் இரண்டு வாரங்கள் நான் ஏற்கெனவே வேலையில் இருந்து விடுமுறை எடுத்து வைத்திருக்கின்றேன். நீயும் வருவாயென்றால் தாய்லாந்திற்குப் போகலாம் என்றார். சில நாட்களுக்கு முன் அறிமுகமான என்னோடு ஒரு பயணத்திற்கு அவர் தயாரென்றபோது எனக்குச் சற்று ஆச்சரியமாக இருந்தது. அவர் இப்படிப் பல்வேறு நாடுகளுக்குத் தனித்துப் பயணித்திருக்கின்றார் என்பதால், நான் ஒரு அந்நியனாக இருந்தாலும் அவருக்கு அஃதொரு பொருட்டாக இருக்கவில்லை என்பதும் பிறகு புரிந்தது.

அவர் தான் வசிக்கும் ஐரோப்பிய நாடொன்றிலிருந்து சென்னைக்கு வர, நான் அவரை விமான நிலையத்தில் சந்தித்து, நாங்கள் இருவரும் சேர்ந்து தாய்லாந்திற்கும் கம்போடியாவிற்கும் போவது என்று தீர்மானிக்கப்பட்டது. எவ்வளவுதான் மறைத்தாலும், ஒரு பெண்ணைச் சந்திக்கின்றேன், அவரோடு எனக்குப் பிடித்த தென்கிழக்காசியாவிற்குப் போகின்றேன் என்று நினைத்தபோது மனதிற்குக் குளிர்ச்சியாகத்தான் இருந்தது.

விமானநிலையத்தில் இருகரங்களை விரித்தபடி அவர் எவ்வித நாடகீயத்தன்மையுமில்லாது அணைத்தபோது, அவரோடு மிக இயல்போடு இருக்கலாம் என்பது புரிந்தது. விமானத்திற்குள் ஏறியதிலிருந்து அவர் தொடர்ந்து பேசிக்கொண்டே வந்தார். நான் வார்த்தைகளை அளந்து பேசுகின்றவன்; கோபம் வரும்போதுமட்டும் வார்த்தைகளை அளவிறந்து கொட்டுபவன். அவரின் கதைகளைச் சுவாரசியமாகக் கேட்டபடி விமானத்தின் வெளியே விழிகளை வீசியபடி இருந்தேன். பகல் நேரப் பயணம் என்பதால் வெளியே நிலப்பரப்புக்களும், கடலும் தெளிவாகத் தெரிந்துகொண்டிருந்தன.

தாய்லாந்தில் சுற்றுலாப் பயணிகள் அவ்வளவு குவியாத ஓரிடத்தில் நாங்கள் தங்குமிடத்தைப் பதிவு செய்தது நல்லதாகப் போய்விட்டது. உள்ளூர் மக்களிடையே கலந்து, தாய்லாந்திற்கு

இளங்கோ | 109

என்றே பிரசித்தி பெற்ற தெருவோரக் கடைகளில் சாப்பிட்டபடி, இதுவரை சுவைத்ததில்லையென்கின்ற மாதிரி அவ்வளவு புத்துணர்ச்சியான பழங்களைக் கடித்தபடி நாங்கள் நடந்து கொண்டிருந்தோம். நள்ளிரவை அண்மித்தபோதும் மக்களின் நடமாட்டம் தெருக்களில் குறையாது இருந்தது. ஒரு திருப்பத்தில் எங்கள் ஊர்க்கோயில்போல பூசைச்சத்தம் கேட்க அங்கே போனோம். பிள்ளையார் மிகப் பெரிய உருவத்தில் இருந்தார். அவரைப் பயபக்தியுடன் தாண்டி உள்ளே போக, புத்தர் சாந்தமான முகத்துடன் வரவேற்றார். மக்கள் பழங்களையும், பூக்களையும் இவர்களுக்குச் சமர்ப்பித்து, வழிபட்டுக்கொண்டிருந்தார்கள். கமகமத்துக்கொண்டிருந்த சாம்பிராணி வாசனை வேறோர் உலகிற்கு எங்களை அழைத்துக்கொண்டு போயிருந்தது.

வெளியே வந்தபோது கடைகளில் தூரியான் பழங்களை வாங்கப் பெண்கள் அள்ளுப்பட்டுக் கொண்டிருந்தார்கள். 'இன்றிரவு இவர்களின் வீட்டில் என்னவெல்லாம் நடக்கப்போகின்றதோ தெரியாது' எனக் கண் சிமிட்டினாள் இவள். 'தூரியானைச் சாப்பிடுவதற்கு ஆண்களெல்லோ தள்ளுப்படவேண்டும்' என்றேன். 'இந்த ஆண்கள் எவ்வளவு சோம்பேறியானவர்கள் என்று தெரிந்துதான் அவர்களுக்கும் சேர்த்துத்தான் இந்தப் பெண்கள் வாங்கிக்கொண்டிருக்கின்றார்கள்' என்றாள்.

பாங்காங்க் போன இரண்டாம் நாள், விடியாத இரவுகளுக் கென்றே இருக்கும் களியாட்டத் தெருக்களுக்குச் சென்றோம். ஒரு வீதியில் அதிரும் இசை தொடங்கியிருக்க, வெளியில் நின்றபடியே தங்கள் தங்கள் பாருக்கு வாருங்களென, அதனதன் ஊழியர்கள் அழைத்துக்கொண்டிருந்தார்கள். *Laughing gas* என்று நைட்டிரஸ் ஒக்ஸைட்டால் நிரப்பப்பட்ட பலூன்களையும் கைகளில் வைத்துக் கொண்டு பலர் திரிந்தார்கள். அதை இழுத்தபோது நேரே சொர்க்கத்தில் மிதக்கின்றதுபோல இருந்தது. தொடர்ச்சியாக உள்ளேயூறிய உற்சாகத்தில் அதுவரை சாப்பிட்டுப்பார்க்கப் பயமுறுத்திக்கொண்டிருந்த, பொரித்துவைத்த வெட்டுக் கிளிகளையும், தேள்களையும் ருசித்தும் பார்த்தேன். அவளும் உற்சாகமாய் இருந்தாள். தாய்லாந்திற்குரிய பியர்களை எவ்வளவு போத்தல்கள் முடித்தோம் என எண்ணி முடிக்காமலே, ததும்பி வழியும் இசையோடு சேர்ந்து ஆடவும் தொடங்கியிருந்தோம்.

அடுத்த நாள் விடிய எழும்பும்வரை, அதற்குப் பிறகு இரவில் என்ன நடந்தது என்பது எங்களுக்கு அவ்வளவாய் ஞாபகம் இருக்கவில்லை. அந்த களியாட்டத் தெருவிலிருந்து எங்களின் அறைக்கு எப்படி வந்தோம் என்பதுகூட கனவு போலிருந்தது. யாரோ பக்கத்து அறையில் குளித்துக்கொண்டிருக்கும் சத்தமே என்னைத் தூக்கத்திலிருந்து எழுப்பியிருந்தது. அவள் இன்னும் விழித்திருக்கவில்லை. ஆடைகள் இல்லாத அவளை முதன்முதலாகப் பார்த்தேன். மார்புகள் சரிந்திருக்க ஒருபக்கம் சாய்ந்து படுத்திருந்த அவளின் உடலில் சூரியன்பட, அவ்வளவு அழகாய்த் தெரிந்தாள்.

அவள் எழும்பிவிடாத கவனத்துடன் அருகிலிருந்த கடைக்குப் போய், கோப்பியையும் காலையுணவையும் வாங்கி வந்திருந்தேன். கதைக்கத் தொடங்கிய கொஞ்ச நாள்களிலேயே தானொரு கோப்பிப் பைத்தியம் என்றாள். நான் பால்தேநீருக்கு அடிமையென்றபோது, நீ ஆங்கிலேயக் காலனித்துவவாதிகளின் வழித்தோன்றலெனச் செல்லமாகக் கோபித்தாள்.

தாய்லாந்தும், கம்போடியாவும் எங்களின் பயணத் திட்டத்தில் இருந்தாலும், எனக்குக் கம்போடியாவில் அங்கோர்வாட் கோயில்களைப் பார்ப்பதே முதன்மையாய் இருந்தது. அவள் தனக்கு தாய்லாந்தில் பட்டாயாவிற்குப் போகவேண்டும் என்றாள். அழகான கடற்கரைகளுக்குத் தாய்லாந்தில் பட்டாயாவும், புக்கட்டும் பிரபல்யமானது. அப்படி அவள் பட்டாயாவிற்குப் போகவேண்டு மெனச் சொன்னவுடன், நமது திரைப்பட நாயகிகள் நீச்சலுடையில் நீரை விசிறியபடி ஓடிவருவதைப் போல அவளையொரு கணம் கற்பனை செய்துபார்த்தேன். அவள் கடற்கரைக்காக அல்ல, நீண்டகாலமாய் அங்கே வசிக்கும் ஓர் உறவுக்காரரைப் பார்ப்பதற் காகத்தான் செல்லவேண்டும் என்றபோது எனக்குச் சரியான ஏமாற்றமாய் இருந்தது.

'பட்டாயாவில் உன் உறவுக்காரர் இருப்பது வியப்பாக இருக்கிறது' எனக் கதையை மாற்றினேன். 'இதிலென்ன வியப்பிருக்கிறது. என்னுடைய சொந்தக்காரர் என்றில்லை நிறைய எங்கடை ஆக்கள் அங்கே இருக்கினம்' என்றாள். இலங்கையிலிருந்து ஐரோப்பா, அவுஸ்திரேலியா கண்டங்களுக்குக் படகில் போக

முயற்சிக்கின்றவர்களுக்கு தென்கிழக்காசியாதான் ஒரு முக்கியக் கேந்திர நிலையம் என்பதும் எனக்கு அப்போதுதான் ஞாபகத்திற்கு வந்தது.

'ஆனாலும் கப்பலில் போகின்றவர்கள் இந்தோனேசியாவில் இருந்துதானே அதிகம் வெளிக்கிடுபவர்கள்' என நான் இழுத்தேன்.

'இந்தோனேசியாவில் இருந்துதான் புறப்படுகின்றார்கள் என்றாலும், அங்கே இருந்தால் ஆபத்து என்பதால் தாய்லாந்தில்தான் அதிகம் தங்கி நிற்பார்கள். கப்பல் புறப்படும் செய்தி வரும்போது மட்டும் அசெம்பிளாகி அங்கே சென்றடைவார்கள்' என ஒரு பயணமுகவர் போல நுணுக்கமாய்ச் சொன்னாள்.

'உனக்கு எப்படி இந்த விடயங்கள் எல்லாம் விபரமாய்த் தெரியும்' என்றேன்.

'அதற்குப் பதில் சொல்லுமுன்னர், உனக்கு என்னைப் பற்றி எல்லாம் தெரியும் என்று நீ நினைக்கின்றாயா?' எனக்கேட்டு மடக்கினாள்.

'இரண்டு கிழமையாய்த்தானே உன்னைத் தெரியும். பிறகு எனக்கு எப்படி எல்லாம் முழுமையாத் தெரியும்?'

'சரி அதை விடு, நான் இயக்கத்தில் ஒருகாலத்தில் இருந்தவள் என்றாவது தெரியுமா?' என்றாள்.

இயக்கம் உயிர்ப்போடு இருந்த காலங்களில்தான் இயக்கத்தைப்பற்றிப் பயம் இருந்தது என்று பார்த்தால், இப்போது இயக்கம் அழிந்தபின்னும், இவள் ஒரே மர்மமாய்க் கதைக்கின்றாளே என எனக்கு ஒரே குழப்பமாயிருந்தது.

'நீ பதினெட்டு வயதிலேயே வெளிநாட்டுக்கு வந்துவிட்டேன் என்று சொன்னாயே' என அவளுக்கு அவள் முன்னர் சொன்னதை ஞாபகப்படுத்தினேன்.

'ஓம். அது உண்மைதான். எனக்குப் பதினெட்டு வயதாகும்போது இயக்கம் மகிந்தாவோடு சமாதானக் காலத்தில் இருந்தது. அவர்கள் அப்படி வெளிநாட்டுக்கு அனுப்பிவைத்த பலரில் நானும் ஒருத்தி. நான் கட்டுநாயக்காவில் இருந்து முதலில் வந்திறங்கியது தாய்லாந்திற்குத்தான்.'

'அப்படியா?' நான் அவள் சொன்னதை வியப்புடன் கேட்டேன்.

'அது சரி, இயக்கத்திற்கு இந்தப் பக்கமாய் சில தலைமறைவான பேஸ்கள் இருந்தது தெரியுமா?'

இந்த உண்மையெல்லாம் அண்மையில்தான் பகிரங்கமாய் வந்து எங்கையோ வாசித்திருந்தேன் என்றாலும், எனக்கும் இயக்க விவகாரம் கொஞ்சம் தெரியும் என்று காட்டி, இவளிடம் விட்டுக் கொடுக்கக்கூடாதென்ற தீர்மானத்துடன் 'இயக்கத்துக்கு ஆயுதங்களைக் கடத்திக்கொடுத்த கேபியின்ரை மனுசியே தாய்லாந்துக்காரியாக இருக்கும்போது இயக்கத்திற்கு இங்கே பேஸ் இருக்காது விட்டிருந்தால்தான் அதிசயமாக இருக்கும்' எனச் சொல்லிச் சமாளித்தேன்.

பட்டாயாவில் இருந்த உறவுக்காரருக்கு அவள் தொடர்பு எடுக்க முயற்சி செய்த ஒவ்வொரு பொழுதும் தோற்றுப்போனது. இப்படியே அவருக்காய்க் காத்திருந்தால் கம்போடியாவிற்குப் போகுமுன்னரே எங்களின் விடுமுறை முடிந்துவிடுமென்பதால் அவளையும் இழுத்துக்கொண்டு கம்போடியாவிற்குத் தாய்லாந்திலிருந்து பஸ்ஸெடுத்துப் போனேன். சரியான வெக்கையான நாளாகவும் அது இருந்தது, அதற்கு முதல் கம்போடியாவிற்கு விஸா எடுக்கவில்லை என்பதால் அந்த எல்லையில் வைத்து விஸா எடுத்தோம்.

இரண்டு எல்லைகள், அதன் நடுவே நடந்துபோவது, இராணுவ உடையோடு இருக்கும் எல்லைக்காவலர் என எல்லாவற்றையும் பார்க்கும்போது எனக்கு இயக்கத்தின் கட்டுப்பாட்டிலிருந்த யாழ்ப்பாணத்திலிருந்து, சங்குப்பிட்டி ஊடாக கொழும்பிற்குத் தப்பிவந்த நாட்களின் ஞாபகம் வந்துபோனது. விஸா வாங்கிக் கடைசியாய்ப் போன எங்களுக்காய், கம்போடியாவின் எல்லையில் நாங்கள் வந்த பஸ் காத்துக்கொண்டிருந்தது.

கம்போடியாவில் பதிவு செய்த ஹொட்டலில் விசேடமாக நீச்சல் குளமிருந்தது. நீண்ட நெடும்பயணத்தில் வந்த எமக்கு, வெளியில் எரித்த வெயில், நீச்சல் குளத்திற்குள் அப்படியே மிதக்க

வா என அழைத்தது. இதைவிட அதிசயமாக அவள் நீச்சலுடையோடு வந்திறங்கினாள். எனக்கு பயணத்தின் அலுப்பு, எல்லை கடக்கும்போது வந்த எரிச்சல் எல்லாம் இப்போது மறந்துபோய் விட்டிருந்தது. அவளின் பின்பக்கம் அவ்வளவு நேர்த்தியாக இருக்கிறதெனச் சொல்வதற்கு வார்த்தைகள் வந்ததை, அவள் முன்னாள் இயக்கக்காரி என்ன நினைப்பாளோ என்ற சங்கடத்தில் எனக்குள் விழுங்கிக்கொண்டேன்.

அன்றிரவு அசலான கம்போடியா உணவைச் சாப்பிட்டோம். சாப்பிட்டுக்கொண்டிருந்தபோது மீன்கள் நமது கால்களை மஸாஜ் செய்யும் இடம் எதிர்ப்புறமிருந்ததை அவள் கண்டுவிட்டாள். அங்கே போவாமா எனக் கேட்டாள். மீன்களின் மஸாஜோடு, பியரும், *wifi* யும் இலவசமென்று பெரிய எழுத்தில் போட்டிருந்தார்கள். நாங்கள் நான்கைந்து ‘அங்கோர்’ பியர்களை முடித்துவிட்டு, பிரசித்திபெற்ற *pub street* இற்கும் போய்விட்டு விடுதியை அடைந்திருந்தோம். .

என்னவெல்லாம் அன்றிரவில் பிறகு நடந்தது என்று ஆறுதலாக அசைபோடவிடாது, எங்களை விடிகாலையில் அங்கோர் வாட் கோயிலில் சூரிய உதயம் பார்ப்பதற்காய் நாங்கள் ஒழுங்கு செய்திருந்த ஆட்டோக்காரர் வந்து எழுப்பியிருந்தார். இயக்கத்தி லிருந்த அனுபவமோ என்னவோ அவள் பத்து நிமிடங்களுக்குள் தயாராகி இருந்தாள். நான் ஆறுதலாகத் தயாரானது அவளுக்கு எரிச்சலைத் தந்திருக்கவேண்டும். நீயெல்லாம் இயக்கத்துக்குப் போகாதது நல்லதென்றாள். நான் ஒன்றும் சொல்லாது இருந்திருக்கலாம், ஆனால் விதி யாரை விட்டது. ‘இயக்கத்துக்குப் போகவில்லைத்தான். ஆனால் உங்களை மாதிரி ஒருவரையும் இதுவரை மண்டையில் போட்டதில்லை’ என்றேன். அவளுக்கு அப்படிச் சொன்னது காயப்படுத்தியிருக்கவேண்டும். முகத்தை வேறுபக்கம் திருப்பி அமைதியாகிவிட்டிருந்தாள். நான் சொன்னதன் அபத்தம் எனக்கு விளங்க, ‘என்னை மன்னிக்கவும்’ என்றேன். அவள் அதைக் கேட்காததுமாதிரி ஆட்டோ நிற்கும் இடத்தை நோக்கி நடக்கத்தொடங்கியிருந்தாள்.

அங்கோர் கோயிலை விடிகாலைச் சூரியனோடு பார்ப்பது ஓர் அற்புதமான அனுபவம். அங்கே பார்ப்பதற்கு அங்கோர் வாட் மட்டுமில்லை, நிறையக் கோயில்கள் இருந்தன. ஓரிடத்தில் பனம் நுங்கு வெட்டி நீரில் கரைத்துத் தந்தார்கள். அந்த வெயிலுக்கு அவ்வளவு இனிமையாக இருந்தது. நான் இவ்வாறு அங்கோர் கோயில்களை உற்சாகத்துடன் இரசித்துக்கொண்டாலும், இவள் அத்தகைய மனோநிலையில் இருக்கவில்லை. ஏன் என்று கேட்டபோது, 'இல்லை பட்டாயாவிலிருக்கும் சொந்தக்காரரைப் பார்க்காது, திரும்பிப் போய்விடுவேனோ எனப் பயமாயிருக்கிறது' என்றாள். 'ஏன் அவர் அவ்வளவு முக்கியமானவரா?' என நான் வினவ, 'அவர் எனது மாமா' என்றாள். 'சரி பதட்டப்படாதிரு. தாய்லாந்திற்குத் திரும்பவும் போனதும் அவரைச் சந்திக்கலாம்' என அவளை ஆறுதற்படுத்தினேன்.

திரும்பி தாய்லாந்திற்குப் போனபோது, முதலில் நின்ற பாங்காங்கிற்குப் போகாது, நேராகவே பட்டாயாவிற்குப் போனோம். எப்படியென்றாலும் அவளுக்காய் அவளின் மாமனாரைத் தேடிக் கண்டுபிடிப்பதென்பதில் நானும் உறுதியாக இருந்தேன்.

ஒருநாள், 'நான் ஏன் இயக்கத்திற்குப் போனேன் என்று சொல்லு பார்ப்போம்?' என்று எழுந்தமானமாய் கேட்டாள்.

'வேறென்ன காரணமாய் இருக்கப்போகின்றது. எங்கள் எல்லோருக்கும் தமிழீழம் வாங்கித்தரத்தான் நீ போயிருப்பாய்' என்றேன்.

'அது ஒரு காரணம் என்றாலும், முக்கியக் காரணம் வேறொன்றும் இருந்தது'

'வேறா..எனக்குப் புதினமாக இருக்கிறது. சொல்லு என்ன காரணம்' என்றேன்.

'என் இந்த மாமாவினால் இயக்கத்திற்குச் சென்றேன். அவர் அப்போதே இயக்கத்தில் பெரிய பொறுப்பில் இருந்தார்' என்றாள்

இவள்தான் இயக்கக்காரி என்றால், இவளின் முழுக் குடும்பத்தையுமே இயக்கம் தத்தெடுக்கின்றதோ என நினைத்த போது, நான் கொஞ்சம் எனக்குள் ஆடிப்போனது என்பது என்னவோ உண்மைதான்.

நாங்கள் திரும்பி இந்தியாவிற்குப் புறப்படுவதற்கு முதல் நாளன்று அவளின் மாமனார் இருக்குமிடத்தைக் கண்டு பிடித்திருந்தோம். அவருக்குத் தாய்லாந்தில் தங்கி நிற்க உரிய ஆவணம் இல்லையாததால் ஒளிந்தே இருந்திருக்கின்றார். அவர் வேலை செய்யும் ஓர் உணவகத்தின் அருகிலிருக்கும் வீட்டிலேயே தங்கியுமிருந்தார். தாய்லாந்துப் பொலிஸ் கெடுபிடிகளால் வெளியே அதிகம் போவதில்லை, எவரோடும் அதிகம் தொடர்பில் இருப்பவருமில்லை என்பதையும் பின்னர் அறிந்தோம்.

நாங்கள் இருவரும் அவரது அறைக்குச் சென்றபோது, அவரது முகம் விருந்தினர்களை வரவேற்பதைப் போல உற்சாகமாய் இருக்காதது எனக்குச் சற்று வியப்பாயிருந்தது. எத்தனையோ ஆண்டுகளுக்கு பிறகு மருமகளைச் சந்திக்கின்றார், அதற்கான எந்தத் தடயங்களும் அவரில் தெரியவில்லை. இவளைத் திரும்பிப் பார்த்தபோது வழமையாகப் பிரகாசமாக இருக்கும் முகத்தை இவளும் தொலைத்திருப்பது போலத்தோன்றியது. எத்தனையோ துயரமானதும் கசப்பானதுமானதுமான கடந்தகால அனுபவங்கள் மனதில் அலையாய் எழும்ப, சிலவேளை இப்படித்தான் முன்னாள் இயக்கக்காரர்கள் சந்தித்துக் கொள்வார்களாக்கும் என நானென்னை ஆறுதற்படுத்திக்கொண்டேன்.

அவளின் மாமனாருக்கு வயது ஐம்பதுகளின் தொடக்கமென அவள் சொல்லியிருந்தாலும், அவரைப் பார்க்கும்போது அறுபதைத் தாண்டியவர் போல உருக்குலைந்தும், அவ்வளவு மெலிந்தும் இருந்தார். போர் எங்களை உலகின் எங்கெங்கோ தூக்கியெறிந்தது மட்டுமில்லாது, எல்லோரையும் அவரவர் வயதை விட இன்னும் வயசாளிகள் ஆக்கிவிட்டது போலவும் தோன்றியது.

மாமா இன்னும் அவளைக் கண்ட அதிர்ச்சியிலே இருந்தார். அவரின் இந்த முகவரியைக்கூடத் தன் மாமாவினுடாகப் பெறவில்லை. வேறு யாரோ ஒருவரால்தான் பெற்றேன் என அவள் சொல்லியிருந்தாள். சிலவேளை அப்படிச் சட்டென்று அவளைக் கண்டதால் அவருக்கு வந்த திகைப்பாகத்தான் இது இருக்கிறதோ என நான் நினைத்துக்கொண்டேன்.

அவ்வளவு பேசாது ஒருவரையொருவர் பார்த்துக்கொண்டிருந்த மாமனாரையும், மருமகளையும் நான் பார்த்துக்கொண்டிருந்தேன்.

'நீ கொஞ்சம் வெளியே போய் நிற்கமுடியுமா? எனக்கு மாமாவோடு கொஞ்சம் அந்தரங்கமாய்ப் பேசவேண்டும்' எனச் சொன்னாள். நான் வெளியே போகும்போது 'கதவையும் சாத்திவிட்டுப் போ' என்றாள்.

நான் அவர்கள் கதைப்பது கேட்காத தூரத்திற்குப் போய் நின்று, தெருவை வேடிக்கை பார்க்கத் தொடங்கினேன். பதினைந்து, இருபது நிமிடங்கள் ஆகியிருக்கும். கதவைத் திறந்து 'உள்ளே வா' என்று என்னை அவள் அழைத்தாள். உள்ளே போனபோது நான் கண்டகாட்சியை அவ்வளவு எளிதில் என்னால் நம்பமுடியாதிருந்தது.

அவளின் மாமா, வாயிலிருந்து இரத்தம் சொட்டியபடி கதிரையிலிருந்து விழுந்து நிலத்தில் கிடந்தார். கதிரையின் ஒரு கால் கூட முறிந்திருந்தது. அவரின் தோள்பட்டையிலும் ஆழமாய்க் கீறிய காயம் இருந்தது. நிச்சயம் கத்தியால்தான் அந்தக்காயம் வந்திருக்கவேண்டும். குற்றுயிராய்க் கிடந்த மாமாவைப் பார்க்கும் போது, ஒருவர் சாவதற்குக் கடைசிக் கணத்தில் இருப்பதுபோல எனக்குத் தோன்றித் தலைசுற்றத்தொடங்கியது.

'என்னாச்சு. என்னத்தை அவருக்குச் செய்தனி?' என்று நடுங்கும் குரலில் கேட்டேன்.

'நான் இயக்கத்திற்குப் போனதற்கு முக்கிய காரணம் இவர் என்று சொன்னேன் அல்லவா?'

'ஓம். தமிழீழத்தைவிட இந்த மாமாதான் இயக்கத்திற்கு நீ போனதற்கு முக்கியக் காரணம் என்றாய்'.

'ஏன் என்று தெரியுமா? இந்த மாமா நான் சின்னப்பிள்ளையாக இருக்கும்போது என்னுடைய உடம்பு மேலே அத்துமீறியவர். ஒருசின்னப்பிள்ளைக்கு எதையெல்லாம் செய்யக்கூடாதோ அதையெல்லாம் என்னில் செய்துபார்த்தவர். அதற்குப் பிறகுதான் அவர் இயக்கத்துக்குப் போனவர்.'

இதற்கு என்ன பதில் நான் சொல்வதெனத் திகைக்க அவள் தொடர்ந்தாள்.

'நான் இயக்கத்துக்குப் போனதே, நானும் துப்பாக்கி வைத்திருந்தால் என்னில் ஒருபோதும் அத்துமீறமாட்டார் என்ற ஒரேயொரு காரணத்திற்காகவே போனனான்' என்றாள்.

எனக்கு இதையெல்லாம் அவ்வளவு எளிதாய் நம்ப முடியாதிருந்தது. இப்படியெல்லாம் நடந்திருந்தால் இயக்கம் இந்த மாமாவை மண்டையில் போடாது சும்மா விட்டிருக்குமா என்பதிலும் குழப்பமாக இருந்தது. ஆனால் இவ்வளவு மூர்க்கமாய் இருப்பவளுக்கு இந்த மாமா ஏதோ செய்திருக்கவேண்டும் என்பதிலும் எனக்கு எந்தச் சந்தேகமும் இருக்கவில்லை.

'எனக்குள் இருக்கும் கோபத்திற்கு இவரைக் கொல்லாமல் போகக்கூடாது என்றுதான் வந்திருந்தேன்' என அவள் சொன்னபோது தான் அவள் கையிலிருந்த கத்தியைப் பார்த்தேன். இவள் நிச்சயமாக இயக்கத்தில் இருந்திருக்கத்தான் வேண்டும். இவளோடு சுற்றித்திரிந்த இவ்வளவு நாட்களும் இப்படியொரு கூர்மையான 'சுவிஸ்' கத்தியைக் கூடவே வைத்திருந்தாள் என்பதை நான் கவனிக்கவே இல்லை. அந்தளவிற்குக் கவனமாக ஒளித்து வைத்திருந் திருக்கின்றாள்.

இவளுக்கும் இவள் மாமாவிற்கும் இடையில் மாட்டுப்பட்ட எனக்குத் தொடர்ந்து என்ன செய்வதென்றும் தெரியவில்லை.

'இனி இவரின் முகத்தில் என்றென்றைக்கும் முழிக்கக்கூடாது. சரி, வா போவோம் ' என்றபடி நடக்கத் தொடங்கினாள். எனக்கு என்ன நடக்கிறதென்று சுதாகரிக்கவே நிறைய நேரமெடுத்தது. நான் அவளின் பின்னால் ஓடத்தொடங்கினேன்.

தெருவில் எனக்காய்க் காத்திருந்தவள், 'என்ன இருந்தாலும் அவரை இப்படி நான் அடித்திருக்கக் கூடாது' என்றாள்.

'சரி விடு. இவ்வளவு நாளும் உனக்குள் அடக்கிவைத்திருந்த கோபத்தைத்தானே நீ காட்டினாய்.'

'நான் பதின்மத்தை அடையுமுன்னரே சிதைத்த இவரைக் கொன்றால்தான் எனக்கு நிம்மதி வரும் போல அவ்வளவு வன்மத்தோடு இருந்தேன். தாய்லாந்திற்கு இடங்களைப் பார்ப்பது, உன்னோடு வருவது என்பவற்றைவிட, இதுமட்டுமே எனக்கு முக்கியமாய் இருந்தது. ஆனால்...'

'ஆனால் என்ன...'

நான் கேட்டதுந்தான் தாமதம் அவள் சட்டென்று உடைந்தாள்.

'என்னதான் எனக்கு கொடுமை செய்திருந்தாலும் இறுதி யுத்தம் இப்படி ஒரு நிலைக்கு அவரைக் கொண்டு வந்திருக்கக்கூடாது.'

இவ்வளவு உறுதியாய் இந்தளவு நேரமும் நின்றவள் ஒருகணத்தில் நிலைகுலைந்துபோனது எனக்குக் கஷ்டமாய் இருந்தது. அவளை என் நெஞ்சோடு இறுக்கி அணைத்து, முதுகில் ஆறுதலாய் வருடிக்கொடுத்தேன். எல்லாவற்றையும் நினைத்து அழத்தொடங்கியவளின் கண்ணீரில், கடந்தகாலம் காயப்பட்ட ஒரு மிருகத்தின் வலியைப் போலக் கனத்துப் பெருகத் தொடங்கியது.

★

(காலச்சுவடு, 2019)

உறைந்த நதி

அவன் 999 பக்கங்களில் எழுதத் திட்டமிட்ட தனது நாவலைப் பின்பக்கங்களிலிருந்து எழுத விரும்பினான். கனவிலும், காதலியைக் கொஞ்சும்போதும் நாவலைப் பற்றிச் சிந்தனைகள் ஓடுவதால் 999 பக்கங்களில் நாவலை எழுதுவது அவனுக்கு அவ்வளவு கடினமானதாய் இருக்கவில்லை. மேலும் எல்லாப் புகழ் மிகுந்த புனைகதையாளர்களும் சொல்வது போல இந்த நாவலை அவனல்ல, வேறு எதுவோதான் எழுதவைத்துக் கொண்டிருக்கின்றது என்பதையும் அவன் நம்பத் தொடங்கியிருந்தான்.

பின்பக்கங்களிலிருந்து எழுதத்தொடங்குகின்றேன் என்றவுடன் தனது வாசகர்கள் வேறு விதமான வாசிப்பைச் செய்யக் கூடுமென்பதால், 'பின்புறங்களில் அழகியல் ஒரு தத்துவார்த்தமான ஆய்வு' என்று தானெழுதி, தனது சக வாசகியால் திருடப்பட்டு, தனக்குத் தெரியாமற் பிரசுரிக்கப்பட்ட அந்தப் பிரதிக்கும் இதற்கும் தொடர்பில்லையெனவும் அவன் எனக்குச் சொல்லச் சொல்லி யிருக்கின்றான். 999, 998, 997... என்று பக்கங்களிட்டு எழுதிக் கொண்டிருப்பதையே தான் பின்பக்கத்திலிருந்து எழுதுகின்றேன் என்பதில் உணர்த்த விரும்புகின்றேன் என்று வலியுறுத்தியிருந்தான்.

'பின்புறங்களின் அழகியல்... ' ஆய்வுக்குத் தனது பின்புறமே மிக முக்கியகாரணமாய் இருந்ததென்று அந்த வாசகி குற்றஞ் சாட்டியதற்கு உனது எதிர்வினை என்னவென்று நான் குறுக்கிட்டுக் கேட்டதற்கு, அவளை அவளது முகத்தை முதலில் கண்ணாடியில் பார்க்கச் சொல் என்றான். எப்படி எழுதினாலும் வாசிப்பதற்கு நான்குபேர் வருவார்கள் என்ற அவனது அசட்டுத்துணிச்சல் எனக்கு மிகுந்த வியப்பதைத் தந்தது. ஆகக்குறைந்தது அவன் தனது மனச்சாட்சியைச் சற்று உன்னிப்பாய்க் கவனிந்திருந்தால்கூட இந்த 999 பக்க நாவலை எழுதும் விபரீதத்தை நிறுத்தியிருக்கலாம்.

வலை, வலை, வலை. எல்லாமே வலையாகத் தெரிந்து கொண்டிருந்தது. சிலவேளைகளில் தானே ஒரு வலையாக ஆகிக்கொண்டிருக்கின்றேனோ என்ற எண்ணம் அவனுக்குள்ளும் எழுந்துகொண்டிருந்தது. ஒரு வலையை அகற்ற இன்னொரு வலை; அந்த இன்னொரு வலையை அகற்ற இன்னுமின்னுமாக நிறைய வலைகள். வலைகளை மீன்கள் மட்டுமில்லை மனிதர்களுந்தான் விரும்புவதில்லை. சிலந்தி வகைகளில் ஏதோவொரு சிலந்தியினம் தனது வலையில் தானே மாட்டித் தற்கொலை செய்து கொள்ளும் என்று யாரோ எழுதியிருந்ததை வாசித்தது அவனது நினைவலைகளில் வந்துபோயிற்று.

இப்படித் தானும், எல்லாமும், வலையாக ஆகிக்கொண்டி ருப்பதில் உளவியல் சிதைவுக்கு ஆளாகிக் கொண்டிருப்பது அவனுக்கும் விளங்கிக் கொண்டுதானிருந்தது. உளவியலுக்கான சிகிச்சை/ ஆலோசனை பெறுவதே ஒரு கொலைக்கு நிகர்த்ததாய்ப் பார்க்கப்படும் சமூகத்தில் உளவியல் சிகிச்சைக்காய்ப் போவது என்பது இன்னோர் உளவியல் பிரச்சினையாக மாறிவிடவும் கூடும் என்ற அச்சத்தில் அதையும் தவிர்த்திருந்தான்.

இப்படி வலைகளைப் பற்றித் தீவிரமாய் யோசித்துக்கொண்டு நடந்துகொண்டிருந்த பொழுதொன்றில்தான் அவனது முன்னாள் காதலி எக்ஸை சனநெருக்கமுள்ள தெருவில் கண்டிருந்தான். கிட்டத்தட்ட அவனும் எக்ஸும் தொண்ணூறு பாகையில்தான் சந்தித்திருந்தனர். இன்னும் திருத்தமாய்ச் சொல்லப்போனால் தொண்ணூறு பாகையைத் தாண்டிய சிலபாகையில் என்றுதான் சொல்ல வேண்டியிருக்கும். ஏனென்றால் இவன்தான் அவளைக் கண்டானே தவிர, அவள் இவனைக் காணவில்லை. அவளின் பின்புறத்தை வைத்தே அவளை அடையாளம் கண்டிருந்தான் என்று சொல்வதில் அவனுக்கு எந்த வெட்கமுமில்லை. 'உனது பிருஷ்டத்தைப் பார்க்கும்போது எனக்கு உனக்காய் எனக்குள் துடித்துக்கொண்டிருக்கும் இதயந்தான் நினைவுக்கு வருகின்றது' என்று ஒருமுறை அவளோடு நெருக்கமாய் இருந்தபோது இவன் சொன்னது அவளுக்கு இப்போது நினைவில் இருக்குமோ தெரியாது.

வலையைப் பற்றிக் கதைக்கத் தொடங்கியவன் பிருஷ்டம், கலாசாரம் என்று எங்கையெங்கையோ பறக்கிற பட்டம் மாதிரி அலைய வைக்கின்றானென்று நீங்கள் நினைக்கக்கூடாது.

இளங்கோ | 121

வாழ்க்கையும் அப்படித்தானே இருக்கிறது. எது எதற்கோ தொடங்கும் பயணம் எங்கு எங்கோ எல்லாம் சுற்றி அலைந்து விட்டுத்தானே நினைத்த இடத்தை அடைந்திருக்கின்றது. சில வேளைகளில் நினைத்த இடத்தை அடையாமலேயே இடைநடுவில் நின்றுமிருக்கிறதுதானே. ஃபிராய்ட் சொன்ன 'ஆழ்மனத்தில் நிகழா ஆசைகளே கனவாய் மாறுகின்றன' என்பது மாதிரி இவனுக்கும் பிறரின் பிருஷ்டம் ஒரு முக்கியப் பிரச்சினை ஆகிவிட்டிருந்தது.

ஒருநாள் இவ்வாறுதான் அவனும் அவளும் பெருநகரத்தை விட்டு ஒதுக்குப் புறமான நகரொன்றுக்குப் புறப்பட்டிருந்தனர். எதையும் திட்டம் போட்டுச் செய்வதில்லை. ஏனெனில் வாரக்கணக்காய், நாட்கணக்காய்த் திட்டம் போட்டால் அது நிகழாது போகும் என்றவொரு ஐதீகம் அவர்களிடையே இருப்பதால் மணித்தியாலங்களில் திட்டம்போட்டு உடனே நடைமுறைப் படுத்துவதுதான் அவர்களுக்கேற்றதாய் இருந்தது. இவ்வாறு சில மணித்தியாலங்கள் ஒரு நகருக்குப் பயணித்துப் போய்விட்டு, அங்கே என்ன பார்ப்பது என்று தேடத் தொடங்கியிருந்தனர்.

தனக்கு ஓரளவு பரிட்சயமான பெருநகருக்குள்ளேயே ஒழுங்காய்த் திசை பார்த்துப் பயணிக்கத் தெரியாத மேதாவியாகவே அவன் எப்போதும் இருந்திருக்கின்றான். அவனைப் போன்றவர்களின் துயர் கண்டுதான் யாரோ ஜிபிஎஸைக் கண்டுபிடித்திருக்க வேண்டும் என்ற நன்றியுணர்வு அவனுக்கு ஜிபிஎஸ் மீதுண்டு. ஆனால் அவளுக்கு அப்படியில்லை. வரைபடம் பார்த்துப் பயணிப்பதே பிடித்தமாயிருக்கிறது, ஜிபிஎஸ் மிகவும் இயந்திரத்தன மானது; நாம் எக்ஸ்ப்ளோர் பண்ணுவதற்கான எந்தவெளியையும் தருவதில்லை. நாமாய்த் தொலைந்து தேடிக் கண்டுபிடிப்பதே சுவாரசியமான பயணமாயிருக்கும் என்பது அவளது நிலைப்பாடு.

சரி, எங்கேயாவது ஒரு கடையில் ஓர் உள்ளூர் வரைபடம் வாங்கி இடங்களைப் பார்ப்போம் என்றபோதுதான், அவனது கண்ணுக்கு ஒரு புத்தகக்கடை தெரிந்தது. இந்தக் கடையில் வாங்கினால் விலை குறைவாக வாங்கலாம் என்று அங்கே போய், வரைபடத்துடன் மேலதிகமாய் இரண்டு, மூன்று புத்தகங்களும்

வாங்கிவந்தார்கள். இப்படிச் செலவாகுமென்று தெரிந்திருந்தால், இதைவிட முதல் பார்த்த கடைக்கே போயிருக்கலாம் என்றான் அவன். ஆனால் அந்தப் புத்தகசாலையில் வாங்கிய நீட்ஷேயின் 'Beyond God & Evil' இல் இருந்து இன்னொரு பிரச்சினை புகைக்கத் தொடங்கியது.

அவன், "இங்கே பார் நீட்ஷே இப்படிச் சொல்லியிருக்கின்றார், Woman learns how to hate to the extent that she unlearns how to charm' என்றான். உடனே அவள் எப்படி நீட்ஷே, தான் ஒரு பெண்ணாக இல்லாது இப்படிப் பெண்களைப் பற்றிச் சொல்ல முடியும் என்று ஒரு சண்டையை ஆரம்பித்தாள். அவனும் ஏன் நீட்ஷே அவருக்குத் தெரிந்த பெண்களின் மூலம் அறிந்ததை வைத்து இதை எழுதி யிருக்கலாம் என்றான். இல்லை நீட்ஷே திருமணம் செய்யவேயில்லை என்று நீதானே சொன்னாய் என அவள் ஞாபகமூட்டினாள்.

இவ்வாறு அவனின் கதையைக் கேட்டுக்கொண்டிருந்த நான், உனது கதை மிகவும் அலுப்பாக நகர்கிறது. தயவு செய்து நாவல் எழுதும் உன் கொடுங்கனவை நிறுத்தி வைக்கமுடியுமா என்று மன்றாடும் தொனியில் கேட்டேன். உனது வாழ்க்கையில் நூற்றுக்குத் தொண்ணூறு வீதம் தேவையற்றதும் அலுப்பானதுமான உரையாடல்களைச் செய்துகொண்டு இருக்கும் நீ இவ்வாறு கேட்பதற்கு தகுதியற்றவன் என அவன் கத்தத்தொடங்கினான். மேலும் நான் எழுத விரும்பும் காப்பியத்தை நிறுத்து என்று சொல்வது ஓர் அதிகாரமிக்க உரையாடல்; முதலில் ஃபூக்கோவைப் போய் படித்துவிட்டு வா, இல்லையெனில் ஆகக்குறைந்து நான்கைந்து நாட்களாய்த் தொடர்ந்து குடித்தபடி, நாறிக் கொண்டிருக்கும் நீ இன்றைக்கேனும் குளிக்க முயற்சி செய் என்று எனது சுயத்தின் மீது எரியம்புகளை வீசத்தொடங்கினான். இன்றைக்கு இவனோடிருந்து மேலும் கதை கேட்கும் எண்ணமில்லாது போனதால் நான் எனது வீட்டை நோக்கி ஒரு பூங்காவும் அதன் நீட்சியில் சிறு காடுமிருக்கும் பாதையால் நடக்கத் தொடங்கினேன். அப்போது எனக்கு முன்னால் ஒரு பெண்ணும், ஆணும் மிகுந்த காதலோடு இணைந்து நடக்கக் கண்டேன்.

கல்லூரிக்குப் போகத் தொடங்கியதால், பழைய நண்பர்களோடு பொழுதைக் கழிப்பது குறைந்து, அவர்களும் தொலைவில் விலகிப்போனது மாதிரி இவனுக்குத் தோன்றியது. கல்லூரியில் நடக்கும் வகுப்புகளுக்கு ஒழுங்காய்ப் போகாவிட்டாலும், கல்லூரியிலேயே தனது பொழுதை அதிகம் கழிக்கப் பழகியிருந்தான். கல்லூரியில் நடக்கும் அமெரிக்கன் ஃபுட்போல், கூடைப்பந்தாட்டம் போன்றவற்றைப் பார்ப்பது இவனுக்குப் பிடித்தமாயிருந்தது. கல்லூரி ஜிம்மிலும், பப்பிலும் பொழுதைத் தனியே கழிக்கப் பழகியிருந்தான். பப்பில் இருட்டு மூலையைத் தேடி ஆறுதலாய் இரசித்து இரசித்துக் குடிப்பது இவனுக்குப் பிடித்தமாயிருந்தது. சிலநாட்களில் பதினொரு மணியானால் பப்பின் ஒருபகுதி டான்ஸ் ப்ளோராகாக மாறிக் கொண்டாட்டமாகிவிடும். ப்ளோரில் ஆடுவதைவிட ஆட்டத்தைப் பார்ப்பதுதான் இவனுக்கு விருப்பாயிருந்தது.

ஆட்டம் உச்சமேற அபத்த/அங்கத/துரோக நாடகங்கள் பல சோடிகளுக்கிடையில் அரங்கேறும். பியர் போத்தல்களை உடைக்காது, கைகலப்பு வந்து பவுண்சர்கள் குழப்புபவர்களை வெளியே தூக்கிப் போடாது நடந்த ஆட்டநாட்கள் மிகக் குறைவானதே. ஆனால் இவற்றுக்கப்பாலும் சந்தோசமும் கொண்டாட்டமும் இரவின் வெளியெங்கும் ததும்பி வழிந்து கொண்டேயிருக்கும்.

இவ்வாறு ஒருநாள் தனிமையையும், மதுவையும், இரவையும் சுவைத்துக்கொண்டிருந்தபொழுதில் ஒருத்தி மிகவும் பதற்றத்துடன் ஒரு பியரைக் கையிலேந்தியபடி இவனிடம் மேசையைப் பகிர்ந்து கொள்ளமுடியுமா என்று கேட்டபடி வந்தாள். 'பிரச்சினையில்லை, அமரலாம்' என்றான். 'நாளை காலை ஒரு முக்கியமான பிரசன்டேசன் இருக்கிறது. ஒரு பாடத்தின் இறுதித்தேர்வாய் இந்தப் பிரசன்டேசனை வைத்திருக்கின்றார்கள். அதுதான் மிகவும் பதற்றமாயிருக்கிறது' என்றபடி பியரை வாயில் வைத்தபடி உறிஞ்சினாள்.

அவள் நெற்றியில் துளிர்த்திருந்த வியர்வைக்கும், பியர் போத்தலில் பரவியிருந்த நீர்த்துளிகளுக்குமிடையில் இருக்கும் வித்தியாசந்தான் வாழ்வுக்கும் மரணத்திற்குமான வித்தியாசமாக்கு மென நினைத்தபடி அவளின் பேச்சைக் கேட்கத் தொடங்கினான். அவளுக்கிருந்த பதற்றத்தில் அவள் இங்கே அங்கேயென

விடயங்களைக் கதைத்துக்கொண்டிருந்தாள். அவனுக்குப் பதிலுக்குப் பேசுவதற்கென்று எதுவுமேயிருக்கவில்லை. அவளும் இவன் எதையும் பேசாது தன்னைக் கேட்டுக் கொண்டிருப்பதையே விரும்பியவள் போல இடைவிடாது பேசிக்கொண்டிருந்தாள்.

அவள் விடைபெற்றுப் போகும் போது, தானிங்கே ரெசிடன்ஸிலேயே தங்கியிருக்கின்றேன், நேரமிருக்கும்போது நீ என்னோடு கதைக்கலாம் என்று தனது தொலைபேசி இலக்கத்தைப் பகிர, அவனும் தனது இலக்கத்தைக் கொடுத்திருந்தான்.

அடுத்தநாள் காலை எழும்பியபோது, இவனுக்கு நேற்றிரவு நடந்தது நினைவுக்கு வர, தொலைபேசியில் அவள் பிரசன்டேசனுக்குப் போகுமுன்னர் வாழ்த்துத் தெரிவித்தான். 'நீ நன்றாகச் செய்வாய், எதற்கும் பயப்படாதே; அப்படிச் செய்யாது விட்டாலும் உலகம் அழிந்துபோய்விடாது' என்று நகைச்சுவையாக இவன் சொன்னான். அவளுக்கு இவனது அழைப்பு வியப்பாயிருந்தது என்பது அவளது நன்றி சொன்ன குரலிலேயே தெரிந்தது, அவளிருந்த பதற்றத்தில் இப்படி யாரோ ஒருவர் தனக்காய் யோசிக்கின்றார் என்ற நினைப்பு அவளுக்குத் தேவையாகவுமிருந்தது. 'இந்தப் பிரசன்டேசன் நன்றாகச் செய்தேன் என்றால் இன்று மாலை எனது செலவில் பியர் வாங்கித் தருகின்றேன்' என்றாள் அவள்.

மாலை, அவன் கல்லூரி ஜிம்முக்குள் நின்றபோது தொலைபேசி அழைப்பு அவளிடமிருந்து வந்தது. தான் பப்பில் நிற்கின்றேன், வந்து சந்திக்கமுடியுமா என்று கேட்டாள். இன்று, நேற்றுப் போலப் பதற்றமில்லாது புன்னகைத்தபடி வரவேற்றாள். வெளியே கொட்டிக்கொண்டிருந்த பனியின் துகள்கள் அவள் தலைமயிரில் மல்லிகைப்பூக்கள் பூத்திருந்த மாதிரியான தோற்றத்தைக் கொடுத்திருந்தன. காதுகள் குளிரில் சிவந்திருந்தன. குளிர்க்கோட்டை கழற்றியபடி 'நான் திருப்திப்படுமளவுக்கு எனது பிரசன்டேசனைச் செய்திருக்கின்றேன்' என்றாள். ஏற்கெனவே பியரிற்கு ஓடர் செய்திருப்பாள் போல. அவன் வந்திருந்ததுமே வெயிட்டர் ஒரு பெரும் குவளையில் பியரை நிரம்பிக் கொண்டு வந்து மேசையில் வைத்தார். பின் அவ்விரவு மிக நீண்டதானது. மாறி மாறி உரையாடல். அவனையும் அவளையும் அறிய முயன்ற அற்புதக்கணங்கள்.

இரண்டு பேரும் ஒருமிக்கும் புள்ளியென்று எதையும் கண்டு பிடிக்க முடியாவிட்டாலும், தொடர்ந்து உரையாடிக்கொண்டிருந்தது அவ்விரவில் இருவருக்கும் பிடித்தமாயிருந்தது. மொழியாலும், கலாச்சாரத்தாலும், மேற்கு கிழக்கு என்று வெவ்வேறு பின் புலங்களாலும் இருவரும் தூரத் தூரவாகவே இருந்தனர். ஒவ்வா முனைகள் அதிகம் கவர்வதில்லையயா, அதுபோல் எதுவோ அவர்களை இணைத்து வைத்தது போலும்.

பிறகான நாட்கள் எவ்வளவு இனிமையானவை. நேசம் இவ்வளவு கதகதப்பாய் இருக்கமுடியுமா என்று வியக்கவைத்த நாட்கள். பகலிலும் இரவிலும் திகட்டவே முடியாது என்று பொங்கிப் பிரவாகித்த அன்பு. இப்படியொரு பெண்ணிடமிருந்து காமம் பீறிட்டுக் கிளம்பமுடியுமா என்று திகைத்து பின் திளைத்த பொழுதுகள். அவள் இருந்த பெண்களுக்கான ரெசிடன்ஸில் கூடவிருக்கும் அறைத்தோழிகள் வெளியில் போகும்போது, குறுகிய/நீண்ட பதற்றமும் கள்ளமும் காமமும் பின்னிப் பிணைந்தபொழுதுகள்.

கிட்டத்தட்ட ஒருவருடம் முடிந்து, வந்த இரண்டு வார கிறிஸ்மஸ் விடுமுறையில் தான் தனது பெற்றோரைப் பார்க்க தனது பிறந்த நகரிற்குப் போகப்போகின்றேன் என வெளிக்கிட்டிருக்கிறாள். கிறிஸ்மஸ் கொண்டாட்டங்கள் முடிந்து ஸ்நோ பொழியும் அல்லோலகல்லோலத்துடன் குளிர்காலத் தவணையிற்கான வகுப்புகளும் ஆரம்பித்துவிட்டிருந்தன. இவனால் அவளைச்சந்திக்க முடியவில்லை. தொலைபேசி அழைப்புக்களுக்கும் எவ்விதமான பதில்களையும் காணவில்லை. அவளிலிருந்த ரெசிடென்ஸில் போய்த்தேடியபோது அவள் இப்போது அங்கே வசிப்பதில்லையெனச் சொன்னார்கள்.

அவளோடு அறையைப் பகிர்ந்த மற்ற நண்பிகளிடம் கேட்டபோது ஏதோ வேலை எடுத்து, ரெசிடென்சை விட்டு வெளியே வசிக்கப் போய்விட்டாள் என்றனர். அவளது தற்போதைய முகவரி தரமுடியுமா என்று இவன் கேட்டபோது தங்களுக்குத் தெரியாது என்று இவனைத் தவிர்க்கச் செய்தனர். இவனுக்குப் பித்துப்பிடித்தது மாதிரியிருந்தது. ஏன் அவள் அப்படிச் செய்கின்றாள்

ஏதாவது பிழையைத் தான் செய்துவிட்டேனா என்று மூளையைத் தோண்டத் தொடங்கினான்.

திரும்பவும் தனிமையும், இருளும், கொடுமையான குளிரும் அவனைச் சூழத்தொடங்கின. ஆனால் இவை முன் போதில்லாது தாங்க முடியாதவையாக யாராவது தன்னோடு வந்து பேசமாட்டார்களா என்று ஏங்க வைப்பவையாக அவனை மாற்றி விட்டன. திகட்டத் திகட்ட அன்பைத் தந்தவள் இப்படி பெரும் இடைவெளியைவிட்டு ஒன்றும் சொல்லாமற் போய்விட்டாளென்ற நினைப்பு அவள் மீது ஒரே நேரத்தில் வெறுப்பையும், கோபத்தையும் உண்டாக்கின.

ஆகவும் நினைவுகள் வந்து அவன் உணர்வுகளை அரிக்கத் தொடங்கும்போது தனக்குத் தெரிந்த அவளது தொலைபேசி இலக்கத்துக்கு அழைக்கத் தொடங்குவான். இவ்வாறு தொடர்ச்சியாக மூன்று நான்கு முறை அவ்விலக்கத்தை அழைக்கும்போது ஓர் ஆண் எடுத்து 'பிழையான இலக்கத்தை அழைக்கிறாய், நீ கேட்கும் அவள் இவ்விலக்கத்தில் இல்லை; இனி அழைக்கவேண்டாம்' எனச் சொல்லத் தொடங்கினான். ஒருநாள் பப்பில் தாங்க முடியாத் தனிமையில் பொதுத்தொலைபேசியிலிருந்து அவளது இலக்கத்திற்கு அழைத்தபோது, ஒரு பெண் குரல் மறுமுனையில் எடுத்துக் கதைப்பது தெரிந்தது. நிச்சயம் அவனால் அடையாளங் கொள்ளக் கூடியதாயிருந்தது. அவளேதான்.

'நீ சூஸன்தானே' என்று அவள் பெயரைச் சொல்லி இவன் கேட்க மறுமுனை துண்டிக்கப்பட்டுவிட்டது. திரும்பி நாலைந்து முறை இவன் எடுப்பதும், எதிர்முனை துண்டிப்பதுமாயிருக்க, கடைசியாய் 'தயவுசெய்து வைத்துவிடாதே நான் சொல்வதைக் கேள். இப்போது என் நிலை எப்படியென்பதை அறிவாயா? நீ என்னை உண்மையில் நேசித்திருப்பாயாயின் தொலைபேசியை வைக்காது நான் சொல்வதைக் கேள்' என்று உடைந்தகுரலில் பேசத் தொடங்கினான். இம்முறை மறுமுனை துண்டிக்காது மௌனத்துடன் இவன் பேசுவதைக் கேட்கத் தொடங்கியது. இறுக்கப்பூட்டியிருந்த அவள் மனது சற்று நெகிழ்ந்திருக்கவேண்டும் போல. இவன் 'என்ன

நடந்தது உனக்கு?' என்று கேட்டு, எல்லாவிதமான தன் துயரங்களையும் சொல்லத் தொடங்கினான். அவளது மிகப்பெரும் மௌனம் இவனை ஒரு இராட்சதவிலங்காய் விழுங்கவும் தொடங்கியிருந்தது. அன்றிரவு குடித்த ஏழாவது பியர் தந்த உச்சபோதை போனதன் சுவடே தெரியாமற் போய்விட்டது.

மிகவும் இயலாத பட்சத்தில் இவன் 'நீயொரு வார்த்தை பேசமாட்டாயா?' என்று திருப்பத் திருப்பக் கேட்கத் தொடங்கினான். இறுதியில் அவள், 'சரி, தயவுசெய்து இனித் தொலைபேசி எடுக்காதே, நான் வருகின்ற சனிக்கிழமை கல்லூரிக்கு இந்தநேரம் வந்து கதைக்கின்றேன்' என்றாள்.

சனிக்கிழமை வந்தது; வந்தாள். இப்போதிருக்கும் நான் முன்பு இருந்தவள் அல்ல. நாங்களிருவரும் இருந்த நல்ல நினைவுகளோடு பிரிந்துவிடுவோம் என்றாள். ஏன் என்ன நடந்தது? என்னில் என்ன பிழையைக் கண்டாய்? தவறுகள் இருந்தால் சொல், நான் திருத்திக்கொள்கின்றேன். தயவுசெய்து என்னைவிட்டுப் போகாதே. நீயில்லாத் தனிமையை என்னால் தாங்க முடிவதில்லை என்று இவன் கெஞ்சத் தொடங்கினான். 'இல்லை தயவு செய்து என்னை மறந்துவிடு' என்று அவள் திருப்பத் திருப்பச் சொல்லத் தொடங்கினாள். என்னால் முடியாது என்று அவள் கையைப் பிடித்து இதழில் முத்தமிட முனைந்துபோது, '*F*** off, you are abusing me*... உனக்குக் காரணந்தானே வேண்டும். நான் இன்னொருத்தனுடன் சேர்ந்து வாழத் தொடங்கியிருக்கின்றேன். காரணம் போதுமா?' என்று கூறிவிட்டு இருட்டில் கரைந்து போயிருந்தாள்.

அவன் அன்றிலிருந்து கிட்டத்தட்ட ஆறு நாட்கள் வீட்டுக்கு வராது வெளியில்தான் திரிந்திருக்கின்றான். சாப்பாடு, இயற்கை உபாதையெல்லாம் வெளியேதான். அந்த ஆறு நாட்களில் ஓரிருமுறை பொதுக்கழிப்பறையில் குளித்திருக்கின்றான். ஆடை காயும் வரை சிலமணித்தியாலங்கள் பாத்ரூம் கதவை மூடிவிட்டு உள்ளேயே அமர்ந்திருக்கின்றான்.

அப்போது வெளியே மிக உக்கிரமான குளிர். ஹோம்லெஸ் நண்பர்கள்தான் இவனை அந்த ஆறு நாட்களும் காப்பாற்றி யிருக்கின்றார்கள். குளிர் தாங்காதபோது, மிகவும் மலிவாய்த்

தாங்கள் வாங்கி வைத்திருந்த கஞ்சாவை ஊதத்தந்து உடம்பின் குளிரை உறையச் செய்திருந்தார்கள். தங்களுக்குக் கிடைத்த சில கம்பளிகளை இவனோடு பகிர்ந்திருக்கின்றார்கள். இப்படிக் கழிந்த ஆறாவது நாளில்தான் இவனோடு உயர்கல்லூரியில் படித்த தோழியொருத்தி கண்டு, தெருவிலிருந்து எழுப்பிக் கொண்டுபோய், தனது வீட்டில் வைத்துப் பிட்டும் மாம்பழமும் பிசைந்து ஊட்டிவிட்டிருக்கின்றாள். தனது சொந்தக்கையால் உணவை எடுத்துச் சாப்பிடமுடியாத அளவுக்கு அவ்வளவு பலவீனமாய் இருந்திருக்கின்றான்.

இவ்வாறு அவன் தனது கதையை எனக்குச் சொல்லி முடித்தபோது, 'இந்தக் காதலுக்காகவா இவ்வளவு சித்திரவதைகளை நீ அனுபவித்தாய், சும்மா தூசென இதைத் தட்டிப் போயிருக்கலாம்' என்று எல்லோரைப் போலவே எனக்கும் சொல்ல விருப்பமிருந்தாலும் அவன் குரலில் இன்னமும் கனிந்துகொண்டிருந்த நேசம் என்னை எதையும் பேசாது தடுத்து நிறுத்தியது. 'அந்த ஆறு நாட்களில் உன்னை உனது பெற்றோர் தேடவில்லையா?' என்று சம்பிரதாயமான ஒரு கேள்வியை நான் அவனிடம் கேட்டேன். 'ஓம். அவையளும் தேடினைவைதான். ஏலாத கட்டத்தில் பொலிஸிடமும் முறையிட்டிருக்கினம். நானும் டவுன் ரவுணுக்குள்ளேதான் ஒளித்துக்கொண்டனான். அத்தோடு பொலிஸும் பதின்மவயதுகள் என்றால் கொஞ்சம் தேடுவான்கள். பதினெட்டு வயதுக்குப் பிறகு என்டால் அவ்வளவு அக்கறை எடுக்கமாட்டான்கள். ஏனென்டால் இங்கை கனசனம் வீட்டை உறவுகளைவிட்டு ஓடிப்போறது சாதாரணமாய் நடக்கிறதுதானே' என்றான்.

அவனை நான் சந்தித்தது, அவனின் இந்தக் கதையைக் கேட்டது எல்லாம் அந்தக் கல்லூரி வளாகத்தில்தான். நானும் அங்கே பகுதிநேரமாய் வகுப்புகள் எடுக்கத் தொடங்கியிருந்த காலம் அது. 'இதுவெல்லாம் நடந்து எவ்வளவு காலம் ஆகின்றது?' என்று கேட்டேன். 'நான்கு மாதங்களாகிவிட்டன. இப்போது இங்கே வகுப்புகள் எடுப்பதில்லை, ஆனால் வந்து வந்து போய்க் கொண்டிருப்பேன்' என்றான். ஏனென்று கேட்டதற்கு 'அவளை எங்கேயாவது பார்க்கும் சந்தர்ப்பம் வந்துவிடாதா என்பதற்காய்' என்றான். பிறகு இந்த நான்கு மாதங்களில் ஒருநாள் அவளைச் சந்தித்ததாகவும், அவளோடு தான் கதைக்க முற்பட்டபோது,

இளங்கோ | 129

தன்னோடு கதைக்க வேண்டாமென்று சொல்லி விலத்திப் போனதாகவும், தான் அதைப் புறக்கணித்து அவளைப் பின் தொடர்ந்தபோது கம்பஸ் பொலிஸிடம் அவள் முறையிட்டதாகவும் சொன்னான்.

'அநேகமாய் உலகிலிருக்கும் எல்லோருமே இவ்வாறான காயங்களைத் தாண்டித்தான் வந்திருப்போம். இவ்வாறான கொடுங் காலங்களைத் தாண்டிப் போய்ப்பார்த்தால் வாழ்க்கை இன்னும் அழகாயிருக்கும். ஏன் நீ நடந்து போன விடயங்களை மறந்துவிட்டு முன்னே நகர்கின்ற வாழ்க்கையைப் பார்க்கக்கூடாது?' என்றேன். நான் சொல்வதை மௌனமாய்க் கேட்டுக் கொண்டிருந்தவன் கொஞ்சநேர அமைதியைக் குலைத்து, 'என்னதான் இருந்தாலும் ஒரு தமிழ்ப்பிள்ளையை நான் லவ் பண்ணியிருந்தால் இப்படி யெல்லாம் செய்திருக்கமாட்டாள்தானே' என்றான்.

'தமிழ்ப்பிள்ளை என்றில்லை, மனிதமனங்களே விசித்திரமானதுதான். கணந்தோறும் மாறிக்கொண்டிருப்பவை. மாறும் மனங்களிற்கு ஏன் தாம் மாறினோம் என்று சொல்வதற்கு சிலவேளைகளில் காரணங்களே இருப்பதில்லை. நீ இப்படி அவளுக்காய் ஏங்கிக்கொண்டிருப்பதில் இருந்து தெரிகிறது, அவள் உன்னை நிராகரித்ததற்கு ஒரு வலுவான காரணத்தை நீ தேடிக் கொண்டிருக்கின்றாய் என்பது. அதுதான் உன்னை இன்னும் கஷ்டப்படுத்துகின்றது. உலகில் நடக்கும் எல்லா விசயங்களுக்கும் ஏதேனும் காரணங்கள் இருக்கா என்ன? நீயும் உனது காதல் விடயத்தை இவ்வாறு எடுத்துவிட்டு நகர முயற்சி செய்யேன்' என்று நான் கடைசியாய் அவனுக்குச் சொன்னதாகவும் நினைவு.

பிறகு சில மாதங்களில் எனது பகுதி நேர வகுப்புகள் முடிந்து நான் அக்கல்லூரிக்குப் போவதை நிறுத்தியிருந்தேன். அவனைப் பற்றிய நினைவுகளும் மறக்கப்பட்டுக்கொண்டிருந்தாலும் அவன் விழிகளுக்குள் தெரிந்த ஏதோ ஓர் இனம் புரியாத தவிப்பு மட்டும் என்னைவிட்டுப் போகவில்லை. ஒருநாள் சப்வேயில் போகும்போது இரட்டைக் கொலை சம்பவம் பற்றிய செய்தி பேப்பரில் வந்திருந்தது. கொல்லப்பட்ட இரண்டு பேரில் ஒருவனாக அவனது படமும் பிரசுரிக்கப்பட்டிருந்தது. மிகவும் அவசரப்பட்டுவிட்டானோ என்று மனம் பெரும் மழையில் ஏற்பட்ட மண்சரிவைப்போல அரிக்கத்தொடங்கியது.

உபகதை:

கொலை நடந்த அன்று, இவன் அவளையும் அவளது புதிய காதலனையும் கண்டிருக்கின்றான். தங்களைப் பின் தொடர வேண்டாம் என்று அவர்கள் கேட்டும் இவன் பின்தொடர்ந்திருக்கின்றான். அவர்களும் தாம் வழமையாகப் போகும் திசையை மாற்றிக் கல்லூரிக்குப் பின்னாலிருக்கும் சிறு காடு இருக்கும் பகுதியால் சென்றிருக்கின்றனர். இவனுக்குத் தன்னைப் புறக்கணித்து அவனோடு கதைத்துக்கொண்டு போகும் அவளைப் பார்க்க வன்மம் மனதிற்குள் வெடித்துப் பரவியிருக்கிறது போலும். ஜீன்ஸிற்குள் வைத்திருந்த மடக்குக் கத்தியால் சடக்கென்று அவளோடு போன இளைஞனின் கழுத்தில் நான்கைந்து முறை வெட்டியிருக்கின்றான். தடுக்க முயன்ற அவளுக்கும் கன்னத்தில் வெட்டு விழுந்திருக்கிறது. அவனது உயிரடங்கிப் போகும்வரை இவன் அவளது தலைமயிரைப் பிடித்துக்கொண்டு பார்க்க வைத்திருக்கின்றான். பிறகு தனது பெற்றோர் இருந்த மாடியின் உச்சிக்குப் போய், இந்தப் பூமிக்கு இனி வரக்கூடாது என்பதற்காய் மேலே பறந்து போவதற்காய்க் கீழே குதித்திருக்கின்றான்.

(எழுதியவனா, எழுத வைத்தவனா அல்லது கதையைக் கேட்டவனா எவன் இந்தக் கொலையைச் செய்தான் என்ற குழப்பத்தோடு இந்தக் கதை முடிவதற்கு, எழுதியவரைத் தெளிவுபடுத்தக் கேட்க முடியாது. ரோலண்ட் பார்த் 'ஆசிரியரின் மரணம்' பற்றி ஏற்கெனவே விரிவாக எழுதியும் விட்டார். முடிக்கப்படாத 333 பக்க நாவலொன்றும் தற்கொலை செய்த அவனது வீட்டைக் கனேடிய பொலிஸ் தேடியபோது கண்டெடுக்கப் பட்டுமிருந்தது)

★

(அம்ருதா, 2018)

வெள்ளவாய்க்கால் வைரவர்

1.

மூத்தண்ணையைப் பற்றி எப்போது நினைத்தாலும் வைரவர்தான் நினைவுக்கு வருவார். இன்னொரு விதமாய்ச் சிந்தித்தால் அவரே வைரவரைப் போலத்தான் இருப்பார். மூத்தண்ணையின் முழுப்பெயர் என்ன என்பது ஊரில் ஒருவருக்கும் தெரியாது. அம்மாவிற்கு ஊரிலே அவரின் பதின்ம நாட்களிலிருந்தே மூத்தண்ணையைத் தெரியும். அவர் மூத்தண்ணை என்று அழைத்துக் கொண்டிருப்பதைப் பார்த்து நாங்களும் அவரை அப்படியே கூப்பிடத் தொடங்கினோம். மூத்தண்ணை அதிகமாய் இரவு வேளைகளில்தான் எங்கள் வீட்டுக்கு வருவார். இரண்டு காற்பாதங்களையும் துணியால் சுற்றிக் கட்டி, கால்கள் துணிக் குவியலுக்குள் மறைந்திருக்கும். நடந்து நடந்து அவை அழுக்கேறி யானையின் பாதங்கள் போல மாறியிருக்கும். ஆனால் மழையோ வெயிலோ என்ன காலநிலையாய் இருந்தால் கூட மேலுடம்பில் ஒரு உடுப்புக் கூட அணியமாட்டார்.

நீண்டநாள் துவைக்காத வேட்டியோடு தோளில் ஒரு உரப்பையைக் காவியபடிதான் எங்கள் வீட்டுக்கு வருவார். அந்த உரப்பைக்குள் என்ன இருக்கிறது என்று ஒருபோதும் சொல்ல மாட்டார். நாங்களும் அதற்குள் என்ன இருக்கிறதென்பதைப் பார்க்க முயற்சித்துக் கொண்டிருப்போம். அவரோ அதற்குக் கிட்டக் கூட எங்களை நெருங்க விடமாட்டார். தானியம் பொறுக்கவரும் பறவைகளைத் துரத்துவதுபோல எங்களைச் 'ச்சூசூ' என விரட்டிக்கொண்டே இருப்பார். குளிக்கப் போகும்போது கூட அந்த உரப்பையைத் தூக்கிக்கொண்டுதான் கிணற்றடிக்குச் செல்வார். மூத்தண்ணை எங்கள் வீட்டுக்கு வந்துவிட்டார் என்றால் அவர் இரவில் குளிக்கும் குளியல் ஊர் முழுவதற்கும் அவரின் வரவை அறிவித்துவிடும். பேயொன்று தண்ணியை நள்ளிரவில் விடாது

இறைக்கிறமாதிரி மனுசன் ஒரு மணித்தியாலத்துக்கு மேலாய்த் துலாக்கிணற்றில் அள்ளியள்ளிக் குளிக்கும். 'என்ன மூத்தண்ணை, இப்படியா இரவு நேரத்திலை குளிப்பது?' என்று அம்மா கேட்டாலும், 'என்ன செய்ய பிள்ளை, எப்படிக் குளித்தாலும், மனசிலை இருக்கிற ஊத்தை போகிற மாதிரிக் காணவில்லை' என்பார்.

ஒருநாளும் மூத்தண்ணை குளிக்காமல் சாப்பிட உட்காரமாட்டார். அம்மா போட்டுக் கொடுக்கின்ற தேநீரைக் குடித்தபடி கொஞ்ச நேரம் இருந்து ஊர்ப்புதினம் கதைத்துவிட்டு நேரே கிணற்றடிக்குப் போய்விடுவார். நேரம் காலம் பார்க்காது மூத்தண்ணை வருவதால் அதிகமாய் நாம் சாப்பிட்டு எஞ்சியிருப்பதைத்தான் அவருக்குச் சாப்பிடக் கொடுக்கமுடியும். அவர் அதைச் சாப்பிடுகின்ற விதத்தைப் பார்த்தால் அவர் நிறைய நாட்கள் ஒழுங்காய்ச் சாப்பிடாது அலைந்திருக்கின்றார் என்பது விளங்கும்.

என்னை எப்போது கண்டாலும் தலையில் உச்சிமோர்ந்து கொஞ்ச வருவார். நான் 'மூத்தண்ணை கிட்ட வரவேண்டாம். ஒரே நாத்தம் வீசுகிறது. குளித்துவிட்டு வாங்கோ' என்று சொல்லிக்கொண்டு தூர ஓடிவிடுவேன். ஆனால் மூத்தண்ணை ஏதாவது கதை சொல்லப்போகின்றார் என்றால் மட்டும் அடம்பிடிக்காது பக்கத்தில் போய் அமர்ந்துவிடுவேன். மூத்தண்ணையின் முதற்கதை எப்போதும் என்னைக் காப்பாற்றிய கதையாகத்தான் இருக்கும். அந்தக் கதையைப் பலமுறை கேட்டாயிற்று, வேறு கதைகள் சொல்லுங்கள் என்றாலும், காப்பியங்களுக்கு முன்னிருக்கும் கடவுள் வாழ்த்துப் போல அதைச் சொல்லாமல் மற்றக் கதைகளுக்கு மூத்தண்ணை நகரமாட்டார்.

அந்தக் கதை இதுதான்; ஒருமுறை ஊரில் இருந்த வைரவர் கோயிலடிக்கு நான் மச்சான், மச்சாள்மாரோடு போயிருக்கிறேன். நாங்கள் அங்கேயிருந்த தேமாப்பூ மரத்திலேறி ஓடிப்பிடித்து விளையாடியிருக்கின்றோம். ஏதோ ஒரு சந்தர்ப்பத்தில் மரத்தின் மேலே இருந்த நான் தவறி கீழே விழுந்திருக்கிறேன். விழுந்த அதிர்ச்சியில் நான் மூச்சிழந்து போயிருக்கிறேன். மச்சானும் மச்சாளும் திகைத்துப் போய் நிற்க நான் விழுவதைப் பார்த்த மூத்தண்ணைதான் தூக்கிக்கொண்டு மாமா வீட்டுக்கு ஓடியிருக்கிறார்.

அந்தக் கதையைச் சொல்லிவிட்டு, 'அன்று நானில்லாவிட்டால், இன்று நீ உயிரோடு இல்லை' என்பார். 'சும்மா விசர்க்கதை கதைக்காமல் வேறு கதை இருந்தால் சொல்லுங்கோ' என்று அவர் நூறாவது தடவையாகச் சொல்லும் இந்தக் கதையை நான் அலட்சியப்படுத்துவேன்.

அப்படி ஒரு நாள் அவர் விரித்துச் சொன்ன வைரவரின் கதைச் சுருக்கம் இது. எங்கள் அம்மாவின் ஊரில் ஒரு தாயும் மகளும் தனியே வாழ்ந்துகொண்டிருந்தார்கள். கோயில் கருவறையில் நாங்கள் பார்க்கும்போது சூலாயுதமாக இருக்கும் வைரவர், நள்ளிரவுகளில் ஊரையும் பெண்களையும் காப்பதற்காய் ஊருலாச் செல்கின்றவர்தானே. இதை அறியாமல் ஒரு கள்ளன் அந்தத் தாயும் மகளும் தனியே இருந்த வீட்டில் திருட வந்திருக்கின்றான். எல்லோரும் நித்திரையில் இருந்தபோது நகைகளைக் களவாடிக் கொண்டு வெளியில் வந்த திருடனைக் கோவணத்தோடும், லாந்தர் விளக்கோடும் ஊருலாச் சென்ற வைரவர் கண்டிருக்கின்றார். பிறகென்ன, வைரவர் அடியும் உதையும் கொடுத்து நகைகளை மீட்டு, திருடனின் சாரத்தையும் அவிழ்த்து வெறும் கோவணத்தோடு மட்டும் ஓட ஓடத் துரத்தியிருக்கிறார். வைரவருக்கு வருடந்தவறாது வேள்வி கொடுக்கின்ற ஊர்களில் ஒரு கெட்ட விசயமும் நடக்காதென்பார் உறுதியாய் மூத்தண்ணை.

நான் பின்னேரங்களில் விளையாடப் போகின்றபோது மற்றப் பெடியங்கள், 'என்னடா உங்கடை வீட்டுக்கு மட்டும் எல்லாப் பைத்தியக்காரர்களும் தேடித்தேடி வருகின்றார்கள்' என என்னைக் கேலி செய்வார்கள். நானும் விடாமல் 'மூத்தண்ணை ஹாஹா என்று அவ்வப்போது உரத்த குரலில் சிரிப்பாரே தவிர, அவர் மற்றபடி நோமல்தான், எனக்கு நிறையக் கதைகளைச் சுவாரசியமாகச் சொல்கின்றவர்' என அவர்களின் நக்கலை அடக்குவேன்.

வைரவர் மேல் ஊர்ப் பெண்களுக்கு ஆசை வந்ததோ தெரியாது, ஆனால் மூத்தண்ணை தெளிவாய் இருந்த காலங்களில் நிச்சயம் அவரது ஆகிருதி மீது பல பெண்களை ஆசைப்பார்வை வீச வைத்திருக்கும். ஒழுங்காய்ச் சாப்பிடாது, ஊரூராய் சிவன் போக்கு சித்தன் போக்கென அலைந்து கொண்டிருந்த காலத்தில் எனக்கு அறிமுகமான மூத்தண்ணையின் உடம்பு, அப்போது கூட ஒரு தேக்கு

மரத்தைப் போல திடகாத்திரமாய்த்தான் இருந்தது. சும்மா நடக்கும்போதே நிலம் அதிரத்தான் நடந்துகொள்வார். நான் பாரதச் சுருக்கத்தை வாசித்தபோது, அதில் பீமன் பாத்திரத்திற்கு பொருத்தமானவராய் மூத்தண்ணையைக் கற்பனை செய்து கொள்வேன்.

போர் மூர்க்கமாக, நாங்கள் பகலை எங்கள் ஊரிலும், இரவுகளை வேறு ஊர்களிலும் சென்று கழித்துக்கொண்டிருந்த காலம். ஏற்கெனவே பிறருக்கு இடைஞ்சலாய், தெரிந்தவர்களின் வீட்டின் ஒரு பகுதியில் வசித்துக்கொண்டிருந்த எங்களுக்கு அப்போது மூத்தண்ணையை இரவில் வரவேற்பதில் பலவிதச் சிக்கல்கள் இருந்தன. அம்மாவுக்கு அப்படி மூத்தண்ணைக்குச் சாப்பாடு கொடுக்காது தேநீர் மட்டும் கொடுத்து உடனேயே அனுப்புவது கஷ்டமாயிருந்தது. மூத்தண்ணைக்கும் அலுப்புப் போக இரவில் குளிக்காது, வாய்க்குள் சாப்பாடு துளியும் உள் இறங்காது. அந்தக் காலங்களில் மூத்தண்ணை கதைகளை எனக்கு ஆறுதலாகச் சொல்ல அவருக்கோ அல்லது அவரது கதைகளைக் கேட்க எனக்கோ நேரம் வாய்க்கவில்லை.

என்னோடு கிரிக்கெட் விளையாடிக்கொண்டிருந்தவர்களில் ஒவ்வொருத்தராய் இயக்கத்துக்குப் போய்க்கொண்டிருந்தார்கள். எனக்கு இயக்கத்துக்குப் போக விருப்பமாகவும், அதைவிட ஆர்மியை எப்படித் துப்பாக்கியால் சுடுவதென்ற பயம் மேலோங்கியும் இருந்தது. மேலும், ஆஸ்மா வந்தால் அம்மாவைப் போலப் பத்திரமாய்க் கவனிக்க இயக்கத்தில் வசதியிருக்குமா என யோசித்துப் பார்த்ததில் நிறையக் குழப்பமே எனக்கு வந்தது.

2.

மூத்தண்ணை ஏன் இப்படிக் கொஞ்சம் வித்தியாசமானவராக இருக்கின்றார் என்று அம்மாவிடம் அவ்வப்போது கேட்டிருக்கின்றேன். மூத்தண்ணையும் எல்லோரையும் போலச் சாதாரணமாகத்தான் தொடக்கத்தில் இருந்திருக்கின்றார். ஒருமுறை யாழ் நகருக்குப் போகும்போது யோகர் சுவாமியைக் கொழும்புத்

துறையில் சந்தித்திருக்கின்றார். அன்றிலிருந்து அவரின் போக்கே மாறிவிட்டிருக்கின்றது. யோகர் சுவாமிகள் நடந்து கால்களால் அளக்காத இடம் யாழ்ப்பாணத்தில் இல்லையெனச் சொல்வார்கள். அப்படி யோகர் சுவாமிகள் அலைந்து திரியும் இடங்களுக்கெல்லாம் மூத்தண்ணையும் பின்னால் போயிருக்கின்றார். ஒருமுறை யோகர் சுவாமிகள் திரும்பி மூத்தண்ணையைப் பார்த்து, 'யாரடா நீ! உனக்குள்ளே பாரடா, எனக்குப் பின்னால் வராதே' என்று அதட்டிச் சொன்னவுடன் யோகரைப் பின்தொடர்வதை மூத்தண்ணை கைவிட்டிருக்கின்றார். அதன் பின்னே தனியே ஊர் ஊராகத் தன்போக்கில் அலையத் தொடங்கியிருக்கின்றார்.

எப்போதும் இரண்டு மூன்று உரப்பைகளில் எதையோ நிறைத்தபடி வரும் மூத்தண்ணையைத்தான் நான் பார்த்திருக்கின்றேன். எங்கள் வீட்டுக்கு வந்து பேய்க் குளிப்புப் போட்டுவிட்டு அடுத்தநாள் அவர் பற்றையம்மன் கோயில் பக்கமாய்ப் போவதை அவதானித்திருக்கிறேன். வருடத்துக்கு ஒருமுறை மட்டுமே குளிர்த்தி நடக்கும் பற்றையம்மன் கோயில் மூத்தண்ணை தேடும் தனிமைக்கு ஏற்ற இடமாக இருந்திருக்கின்றது. சில பொழுதுகளில் ஒன்றிரண்டு நாட்கள் ஊருக்குள் வராது பற்றையம்மன் கோயிலுக்குள்ளேயே இருந்துவிடுவார்.

இவ்வாறு மூத்தண்ணை பற்றையம்மன் கோயிலுக்குள் போய், வெளியே வராது தன்னைக் கரைத்துக்கொள்ளும் பொழுதுகளில் அம்மா அவருக்கு ஏதேனும் சாப்பாடு செய்து என்னை கொண்டு போய்க் கொடுக்கச் சொல்வார். சும்மா நாட்களிலேயே இருள் மூடியிருக்கும் பற்றையம்மன் கோயிலுக்குப் போகப் பயத்தில் இருக்கின்ற நான் மூத்தண்ணையைத் திட்டியபடி அங்கே போவேன். இந்த மனுசன் என்ன நடந்ததென்று நான் அறியாப் பருவத்தில் தேமாப்பூ மரத்திலிருந்து விழுந்த என்னைக் காப்பாற்றிய பாவத்துக்காய் இதையெல்லாம் செய்ய வேண்டியிருக்கின்றதே என என்னைப் பிறகு ஆற்றியும் கொள்வேன்.

நான் சாப்பாட்டுடன் பற்றையம்மன் கோயிலுக்குள் நுழைகின்றபோது பார்க்கின்ற மூத்தண்ணை வேறொருவராகக் காட்சியளிப்பார். அவ்வளவு அமைதியும் சாந்தமும் அவரின் முகத்தில் தெளிவாகத் தெரியும். கால்களை அகட்டி தடக்

தடக்கென்று நடக்கின்ற பதற்றம் வரச்செய்கின்ற ஒருவராக அவர் அங்கே இருக்கவே மாட்டார். அநேகமாக அங்கிருக்கும் வேப்ப மரமொன்றின் கீழ்தான் அமர்ந்திருப்பார். இல்லாவிட்டால் தரைக்கு நொந்துவிடுவோமோ என்பது போன்ற மென்மையுடன் அங்கும் இங்கும் நடந்துகொண்டிருப்பார். மற்ற நேரங்களைப் போல, ஹா ஹா என்று சிரித்தபடி இருக்கும் மூத்தண்ணை, இவ்வாறான பொழுதுகளில் என்னோடு அதிகம் பேசுவதில்லை. சாப்பாட்டைக் கீழே வைத்துவிட்டுப் போ என்பதைச் சைகை மொழியில்தான் காட்டுவார். நான் அவர் சொல்கின்ற இடத்தில் சாப்பாட்டை வைத்துவிட்டுக் காற்றைவிட விரைவாக அந்த இடத்தை விட்டுப் பறப்பேன்.

இவ்வாறு தான் உண்டு, தன் சித்தம் உண்டு என்று தன்பாட்டில் இருந்த மூத்தண்ணைக்கு இந்திய இராணுவம் நமது ஊருக்குள் வந்தபின்தான் எல்லாச் சிக்கல்களும் வரத்தொடங்கின. இப்போதெல்லாம் நினைத்த நேரத்துக்கு எல்லாம் மூத்தண்ணையால் ஊருக்குள் வரமுடியாதிருந்தது. நள்ளிரவு ஆந்தையைப் போல ஊர் சுமுகமான காலத்தில் இருக்கையில் வந்ததைப்போன்று, இப்போதும் நேரகாலம் தெரியாது அவர் நுழைகையில் இந்தியன் ஆர்மி இயக்கத்தின் உளவாளி என்று நினைத்துக் கண்ட மேனிக்கு மூத்தண்ணையை உதைக்கத் தொடங்கியது. எவ்வளவு அடித்த போதும் 'எப்போதோ முடிந்த காரியம், ஒரு பொல்லாப்புமில்லை' என்கின்ற ஒன்றையேதான் திருப்பத் திரும்ப அவர் சொல்லிக் கொண்டிருந்திருக்கின்றார். காலப்போக்கில் இந்திய இராணுவம் மூத்தண்ணைக்கு மூளை பிசகிவிட்டதென அவரை அவர் போக்கில் இரவில் ஊருக்குள் வந்தாலும் அடி, உதை கொடுக்காது விட்டுவிடுவார்கள்.

அம்மாதான் 'மூத்தண்ணை இப்போது ஆர்மிக்காரன் ஊரடங்குச் சட்டமெல்லாம் போட்டிருக்கின்றான். கண்டபாட்டுக்கு இரவுகளில் திரியாதையுங்கள்' எனச் சொல்வார். மூத்தண்ணையோ 'இந்த வாழ்க்கையோ அவனிட்ட பிச்சை, வேண்டியபோது அவனே எடுத்துக்கொள்ளட்டும்' என வானத்தை நோக்கிக் கைகளை விரித்துக் காட்டுவார். இவ்வாறான நேரங்களில் இவர் இயக்கத்தின் ஆளல்ல, வைரவர் அனுப்பி வைத்த இரகசிய உளவாளியோ என

இளங்கோ | 137

நான் சந்தேகப்படுவதுண்டு. பிறகு மூத்தண்ணை தனது வழமையான ஹா ஹா என்ற உடலதிரும் சிரிப்போடு மூட்டைகளைச் சுமந்து கொண்டு நள்ளிரவுகளிலோ அல்லது விடிகாலையிலோ எங்கேனும் கண்காணாத இடத்துக்குப் புறப்பட்டுப் போய்விடுவார்.

எமது பள்ளிக்கூடம் எல்லாம் மூடப்பட்டு, முக்கியத் தெருவுக்குப் போய்ச் சும்மா எட்டிப்பார்த்தாலே ஆர்மி ஒளிந்திருந்து சினைப்பர் அடித்துவிடுவான் என்று வீடுகளுக்குள் முடங்கிக்கிடந்த காலத்தில், 'எப்படியம்மா மூத்தண்ணை மட்டும் எங்கெங்கோ எல்லாம் சுதந்திரமாக அலைந்து திரிகிறார்' என அம்மாவிடம் கேட்டிருக்கின்றேன். 'நாங்கள் சாதாரண மனுசர்கள். மூத்தண்ணை பைத்தியம் என்னும் வேடம் போட்டபடி அலையும் ஒரு சித்தர்' என்றார் அம்மா. எனக்கு அந்த வயதில் சித்தர் என்பதற்குச் சரியான அர்த்தம் தெரிந்திருக்கவில்லை. பக்கத்து வீட்டு சிற்றம்பலத்தாரைச் சித்தர் எனச் சுருக்கி அழைப்பதைக் கேட்டதைத் தவிர சித்தர் என்பதற்குப் பெரிதாகப் பொருள் விளங்கியதில்லை. ஆனால் அம்மா சொல்வதைப் பார்த்தால், வைரவரின் இரகசிய உளவாளி மூத்தண்ணை என நான் நினைத்துக்கொண்டது சரிதான் போலிருக்கின்றதென எண்ணிக்கொண்டேன்.

அத்தோடு எங்கள் ஊரில் தாயும் பெண்ணும் தனித்திருந்த வீட்டில் முன்பு கள்வன் வந்து நகை திருடியபோது, அவனை அடித்து உதைத்து கோவணத்தோடு துரத்தியது வைரவர் அல்ல, வைரவருக்காய் இரவுகளில் உளவு பார்த்து, ஊரைக் காத்துக் கொண்டிருந்த இந்த மூத்தண்ணைதான் என்பதும் எனக்குள் உறுதியானது. மூத்தண்ணையும், பக்கத்து வீட்டுச் சித்தரைப்போல சாராயம் அதிகம் குடித்து விரைவில் இறந்து போய்விடக்கூடாது என்று மட்டும் அப்போது நினைத்துக்கொண்டேன். ஆனால் அப்படி ஏதும் மூத்தண்ணைக்கு நிகழவில்லை. அதைவிட அவலமான முடிவை வைரவரின் சீடர் பின்னாட்களில் சந்திக்க வேண்டியிருந்தது.

அந்நிகழ்வு நடந்தபோது வைரவர் கோயிலின் சூலம் கருவறைக்குள் இருந்து காணாமற் போயிருந்தது. அன்று தனது இரகசிய உளவாளியுடன் கோயில் விட்டு நீங்கிய வைரவரும் பின் எப்போதும் நம் ஊருக்குள் திரும்பாமலே மறைந்தும் போனார்.

3.

ஒருநாள் மூத்தண்ணை வழக்கம்போல பற்றையம்மன் கோயிலுக்குள் அடைக்கலம் புகுந்திருந்தார். அப்போது இரவு ஏழு மணியாக இருக்கும். இருள், ஆனால் அடர்த்தியான இருண்மை யில்லை. சூரியன் எப்போதோ மறைந்துவிட்டிருந்தது. அந்த நேரத்தில் இந்தியன் இராணுவ முகாமிலிருந்து அலறல் சத்தம் மூத்தண்ணைக்குக் கேட்டிருக்கின்றது.

இவ்வாறான அலறல்கள் கேட்கும் சமயங்களில் நாங்கள் ஒன்றை மட்டுமே செய்வோம். எங்கள் காதுகளைப் பொத்தியபடி இன்னும் எங்களுக்கான காலம் முகாங்களில் கழிக்க வரவில்லை என நினைத்துக்கொள்வோம். அதைவிட வேறு வழிகள் ஏதும் அப்போது சிறுவர்களாகிய எங்களுக்கு இருக்கவில்லை. அன்று எங்களுக்கு எந்த அலறலும் கேட்கவில்லை. கேட்டிருந்தால்கூடக் காதை மூடியபடி அமைதியாகத்தான் வழமை போல இருந்திருப்போம். ஆனால் ஆர்மிகாம்பிற்குப் பக்கத்திலிருக்கும் பற்றையம்மன் கோயிலில் இருந்த மூத்தண்ணைக்கு இந்த அலறல் சத்தம் நன்கு கேட்டிருக்கின்றது.

அவர் ஆர்மிகாம்பை நோக்கி ஓடியிருக்கின்றார். இந்தியன் ஆர்மிக்காரன் தமது முகாமைச் சுற்றி முள்வேலி சுற்றியிருந்தாலும், பின் வளவுக்குள்ளால் ஓர் ஒற்றையடிப் பாதையை அம்மன் கோயிலுக்குச் செல்வதற்கென விட்டிருந்தனர். தாம் செய்யும் பாவங்களுக்குப் பிராயச்சித்தம் கேட்க வேண்டி கோயிலுக்குப் போவதற்காகவோ அல்லது அப்படிப் பாதையை மூடினால் அம்மன் கோபித்துத் தீங்கு செய்துவிடுவார் என்பதாலோ இப்படியொரு குறுக்குவழி இருந்தது. அதை ஆர்மியைத் தவிர வேறு எவரும் பாவிப்பதில்லை.

அந்த ஒற்றையடிப்பாதையினால் மூத்தண்ணை போயிருக்கின்றார். இந்தியன் ஆர்மி ஏற்கெனவே இருந்த பல வீடுகளை இணைத்துத்தான் முகாங்களை பொதுவாக உருவாக்கும் என்பதால், அவர் இன்னொரு வீடொன்றின் யன்னலுக்குள்ளால் எட்டிப் பார்த்தபோது அங்கே என்ன நடக்கின்றதென்று ஓரளவுக்குத் தெரிந்திருக்கின்றது. பக்கத்து ஊரைச் சேர்ந்த ஒரு பெண்ணை,

தலைமறைவாகத் திரிந்த இயக்கத்துக்கு உதவுகின்றார் என்ற சந்தேகத்தில் ஆமிக்காரர் கொண்டுவந்து சித்திரவதை செய்திருக்கின்றனர். பெண்கள் மீது இந்தியன் ஆர்மி செய்யும் சித்திரவதை என்ன மாதிரியென எவருக்குமே விளங்கப்படுத்தத் தேவையில்லை.

இருட்டுக்குள் நின்று கதறலைக் கேட்ட மூத்தண்ணைக்கு, பற்றையம்மன் கோயிலில் உருவாடும் தவத்தார் போல வெறியேறிய உரு வந்திருக்க வேண்டும். அம்மனே அந்தப் பிள்ளையைக் கைவிட்டபின் அவர் அம்மனிடம் நீதி கேட்கப் போகவில்லை. நேரே வைரவர் கோயிலுக்குப் போய்ச் சூலாயுதத்தைப் பிடுங்கி எடுத்துக் கொண்டு ஓடியிருக்கின்றார். 'என்னடா அந்தப்பிள்ளைக்குச் செய்கிறியள்?' என்று உறுமியபடி முகாமிற்குள் நுழைந்த மூத்தண்ணைக்குள் அப்போது வைரவர் முழுதாய் இறங்கி விட்டிருக்கவேண்டும்.

பெண் பிள்ளையைக் கூட்டாய்ச் சித்திரவதை செய்து கொண்டிருந்த ஓர் ஆர்மிக்கு அவர் சூலாயுதத்தால் குத்தியிருக்கின்றார். அடுத்த குத்தைப் பாய்ச்சுவதற்கு முன்னர் மற்ற ஆர்மிக்காரர்கள் மூத்தண்ணைக்குப் பின்பக்கமாய் வந்து கைகளை முறுக்கிக் கால்களை மடக்கி அவரை நிலத்தோடு விழுத்திவிட்டார்கள். இம்முறை மூத்தண்ணையின் விசித்திரக்குணம் அவருக்கு அனுகூலமாக அமையவில்லை. ஆர்மிக்காரர்கள் சும்மா பயந்தோட நமது ஊர் அப்பாவிக் கள்வர்களுமல்லர். அவர்கள் கண்மண் தெரியாது மிதி மிதியென்று மிதித்திருக்கின்றார்கள். அவரை மிதித்ததைவிட அந்தப் பெண்ணை இன்னும் என்னவோ எல்லாம் மூத்தண்ணையின் கண்முன்னாலே செய்திருக்கின்றார்கள். அன்றோடு அந்தப் பெண் உயிரோடோ அல்லது உயிரில்லாமலோ என்றென்றைக்குமாய்க் காணாமற்போனார்.

இரவு முடியும்வரைக்கும் மூத்தண்ணையை உயிரோடு விட்டுவைத்திருந்தார்கள். ஆனால் அவரின் உடல் சிதைந்து போயிருந்தது. மூத்தண்ணையை அடுத்து என்ன செய்வது என்ற யோசனையில் இருந்த ஆர்மிக்காரர்கள், விடிகாலையில் மூத்தண்ணை எங்கிருந்தோ வருகின்றபோது இயக்கம் என்ற சந்தேகத்தில் இருட்டில் வைத்துத் தவறுதலாகச் சுட்டுவிட்டோம் என்று சொல்லி, வெள்ளவாய்க்காலில் குற்றுயிரும் குலையுயிருமாய்ப் போட்டிருக்கின்றனர்.

காலையில் வைத்தியசாலைப் பணிக்காய்ப்போன ஒரு வைத்தியர்தான் மூத்தண்ணையை அந்தக்கோலத்தில் கண்டிருக்கின்றார். மூத்தண்ணைக்கு உதவப்போனால் ஆர்மிக்காரர் ஏதாவது செய்துவிடுவார்களோ என்று அந்த வைத்தியரை மற்றவர்கள் தடுக்கத் தடுக்க, அவர் 'நானொரு வைத்தியன், பிறரின் உயிர் போவதைத் தடுப்பதே என் தொழில்' என வெள்ளவாய்க் காலுக்குள் இறங்கி மூத்தண்ணையை எடுத்து வைத்தியசாலைக்குக் கொண்டு சென்றிருக்கின்றார். தனக்கும் அந்தப் பெண்ணுக்கும் என்ன நடந்ததென்பதை விசித்திரமான மொழியில் திக்கித்திணறிச் சொல்லிய மூத்தண்ணையை இறுதியில் அந்த வைத்தியராலும் காப்பாற்றமுடியாது போனது.

சோக்கிரட்டீசை நஞ்சூட்டிக்கொன்றனர். கலிலியோ கலிலியை கழுமரத்தில் ஏற்றினார்கள். யேசுவைச் சிலுவையில் அறைந்தனர். 'யாரடா நீ, உனக்குள்ளே உன்னைத் தேடடா' என யோகர் சுவாமியால் அருட்டப்பட்டு எவருக்குமே தீங்கிழைக்காது தன்பாட்டில் ஊர் ஊராய்த் திரிந்துகொண்டிருந்த மூத்தண்ணையின் கதையை இறுதியில் வெள்ளவாய்க்காலுக்குள் இந்திய இராணுவம் முடித்து வைத்தது.

மூத்தண்ணை தூக்கிக்கொண்டு போன சூலாயுதமும் அத்தோடு காணாமற் போனது. சூலாயுதம் இல்லாத வைரவர் கோயில் கொஞ்சம் கொஞ்சமாகப் பூசைகள் எதுவுமற்றுப் பாழடையத் தொடங்கியது. வைரவரும், மூத்தண்ணையும் இல்லாத எமது ஊரைத் துர்தேவதைகள் சபிக்கத் தொடங்கின. இழப்புகளும், துயரங்களும் எம்மைச் சூழ்ந்து தப்பும் வழிகள் எதுவும் தெரியாது நாங்கள் தவிக்கத் தொடங்கினோம்.

வைரவரைப் போல ஊரைக் காவல் காத்துக்கொண்டு, இரவுகளில் அலைந்த மூத்தண்ணை இல்லாது, இந்த ஊரில் இனி உயிர்ப்பிருக்கப் போவதில்லையெனத் தவத்தார் ஒருநாள் சொன்னார். அப்படிச் சொன்ன தவத்தாரும் மத்தியான வெயில் பொழுதுகளில் வேப்பமரங்களின் உச்சியில் யாரோ நிற்பது போலத் தன்னோடு தானே பேசத் தொடங்கினார். இந்தச் சனியன் பிடித்த யுத்தத்தில் ஒன்று மனுசர் சாகவேண்டும் இல்லாவிட்டால் பைத்தியம் பிடித்து அலையவேண்டும் என்று அம்மா ஒருநாள் வெப்பியாரத்தில் திட்டினார்.

இளங்கோ

அன்றிரவு எனக்கு ஒரு விசித்திரமான கனவு வந்தது. இந்திய இராணுவத்தால் சித்திரவதை செய்யப்பட்ட பெண் கொல்லப்பட்டு மரவள்ளித் தோட்டம் ஒன்றுக்குள் கொண்டு செல்லப்படுவதையும், அவரோடு சேர்த்து வைரவரின் சூலாயுதமும் புதைக்கப்படுவதையும் கண்டேன். நிறைவாழ்வு வாழாது இளவயதில் அநியாயமாகக் கொல்லப்படுகின்ற பெண்களே நம் மரபில் சிறுதெய்வமாகின்றனர். அப்படியெனில் அந்த அக்காவுக்காகவும் ஒரு கோயில் என்றோ ஒருநாள் எங்கள் ஊருக்குள் சூலாயுதத்துடன் எழத்தான் செய்யும் என நான் ஆறுதலடைந்துகொண்டேன்.

இவையெல்லாம் நடந்து சில மாதங்களுக்குப் பிறகு ஒரு மாலை வேளை, எனக்கு என்ன நடக்கின்றதென்று அறியாது என்னை ஒரு விசை உந்தித்தள்ள எங்களுக்குப் பங்கு இருந்த கிணற்றடியை நோக்கிச் சென்றேன். அங்கேதான் நீச்சல் தெரிந்த எனது அம்மப்பா தனது கால்களைக் கயிறுகளால் இறுக்கக் கட்டிவிட்டு, உள்ளே குதித்துத் தற்கொலை செய்திருந்தார். இந்தப் போரில் நீ சாகவோ அல்லது பைத்தியக்காரனாகவோ தேவையில்லை, உனக்கு மூன்றாவதாகவும் ஒரு தெரிவு இருக்கின்றது, இந்தக் கிணற்றுக்குள் வந்து உள்ளே குதியென்று என்னை ஒரு குரல் அழைத்தது. நீரில் மிதந்து வந்த அந்த விம்பம் எனது அம்மப்பா போல இருந்தது. நான் கிணற்றுக்குள் குதிக்கத் தயாரானபோது சட்டென்று நீர் கலங்க, ‘இப்போது எங்களிடம் வரும் நேரமில்லை’ என மூத்தண்ணையின் உருவம் தோன்றிச் சொல்லியது. மூத்தண்ணை என்னை இரண்டாவது தடவையாகக் காப்பாற்றினார்.

அப்போது, எங்கே என்னைக் காணவில்லையென தேடி வந்த அம்மாவின் கரம் என்னைக் கிணற்றுக்கட்டில் இருந்து இழுத்து அணைத்துக்கொண்டது. ‘அம்மப்பாவைத் தண்ணீருக்குள் பார்த்தேன், என்னைத் தன்னிடம் வாவென்று அழைத்தார்’ என நான் அம்மாவுக்குச் சொன்னேன். அம்மா ‘ஐயோ’ என்று கத்தி அழத் தொடங்கினார்.

★

(அம்ருதா, 2024)